TUBALIN GINI

ISHAYA 58 GIDAN KOYO TAFI DA KANKA

ALL NATIONS INTERNATIONAL
AGNES I NUMER   TERESA SKINNER
GORDON SKINNER   ANNELLA WHITEHEAD
KATHY VANZANDT

Translated by
MADAKI

Tubalin Gini

Ishaya 58 Gidan Koyo Tafi da Kanka

ISBN: 978-1-950123-64-3
Building Blocks - Hausa
Hakkin mallaka © 2020 ta Duk kasa da Kasan Duniya
An kiyaye duk haƙƙoƙi.
Sai dai an nuna alama, duk nassin littafi an karɓa daga Littafi Mai Tsarki, Shafi ta Sabuwar. Wannan fassarar, wanda kunguyar Littafi Mai Tsarki ta Nijeriya ta buga, an buga shi a cikin Shekara 2010

Ishaya 58 Cibiyar Horarwa ta Waya
Akwai don amfani da shirye-shiryen horarwa.
Don ƙarin bayani ko zuwa
ba da ƙarin ƙarin kofen wannan littafin:

email: is58mti@gmail.com
tuntube mu: www.all-nations.org
hanya ta kan layi: is58mit.org

ABIN DA KE CIKI

Introduction	v
Gabatarwa	vii
Tubalin Gini - Gabatarwa	1
1. Neman Zaman Lafiya cikakke God	3
Dubawa: Bada Cikakkiyar Amincin God	25
2. Kasancewa ko Tsayi	29
Binciken: Hali ko Tsayi	37
3. Ubangiji, Ka Kiyaye Mana Salama	41
Dubawa: Ubangiji, Ka Kiyaye Mana Salama	47
4. Yaƙin Ruhaniya	51
Binciken: Yaƙin Ruhaniya	77
Tambaya: Yaƙin Ruhaniya	81
5. Rikici Mai Rikitarwa	85
Dubawa: Juyin Juya Hali	95
6. Na Babu Suna	101
Dubawa: Babu Suna	113
7. Makiyaya da Tumaki	115
Binciken: Makiyaya da Tumaki	125
8. Bangaskiya tana aiki da Kauna	129
Binciken: Bangaskiya Yana Aiki Ta Byauna	145
9. Layin	149
Dubawa: Layin	161
10. Bayanin Hangen Nesa	165
Binciken: Bayanin hangen nesa	173
11. Yabo da Ibada	177
Bita: Yabo da Ibada	185
12. Ku Hau Sama Cikin Kaunarsa	189
Dubawa: Ku Hau Sama A Cikin Kaunar Sa	205
13. Inda zaka Samu Kalma?	209
Dubawa: Inda zaka Samu Kalma?	217
Tambaya: Inda zaka Samu Kalma?	219

14. Shin Sun San Ku?	223
Dubawa: Shin Sun San Ku	229
Makullin	233

INTRODUCTION

In 1954, God gave Rev. Agnes I. Numer the revelation of Isaiah 58. He told her, "This is My plan, for My church, for the end of time." He showed her planes, trains, warehouses, training centers, centers of refuge, food distribution and so much more.

Rev. Numer established training centers where leaders received a vision, a hope, a plan and the principles of God's Kingdom. Those leaders passionately put these principles into practice in ministries around the globe. God has been their Jehovah Jireh.

God also showed Rev. Agnes I. Numer a school of ministry that would share these principles of His Kingdom to the nations. The Isaiah 58 Mobile Training Institute is now available in print and eBook form.

Thank you.
All Nations International

Habakkuk 2:2 (KJV) "And the Lord answered me, and said, Write the vision, and make it plain upon tables, that he may run that readeth it. 3 *For the vision is yet for an appointed time, but at the end it shall speak, and not lie: though it tarry, wait for it; because it will surely come, it will not tarry."*

2 Timothy 2:2 (KJV) *"And the things that thou hast heard of me among many witnesses, the same commit thou to faithful men, who shall be able to teach others also."*

Rev. Agnes I. Numer, also known as the *"Mother Teresa of America"* passed away July 17, 2010 at 95 years of age. She has leaves behind a tremendous legacy.

GABATARWA

Yayinda muke yawo a duniya, muna ganin fastoci da shugabanni suna gwagwarmaya da, "Abinda zasu koyawa mutanen su." Watakila basu taɓa samun zuwa Makarantar Littafi Mai Tsarki ba ... kuma mai yuwa ba za su iya samun damar hakan ba.

Kukan mu shi ne cewa, God zai karanta muku wannan ... da zai ba da Bishararsa a zuciyarku, zai horar da ku, kuma zaku sami 'yanci, ikon zaman lafiya da ikon nuna ƙaunarsa ga al'umma.

Bari muyi aiki tare yayin da akwai lokaci .... Shi kaɗai ne za a ɗaukaka.

Bari Yesu ya dauke ku zuwa ga Al'ummai ....

"Za a kuma yi bisharar nan ta Mulkin Sama ko'ina a duniya domin shaida ga dukkan al'ummai. Sa'an nan kuma sai ƙarshen ya zo." Matta 24:14

TUBALIN GINI - GABATARWA

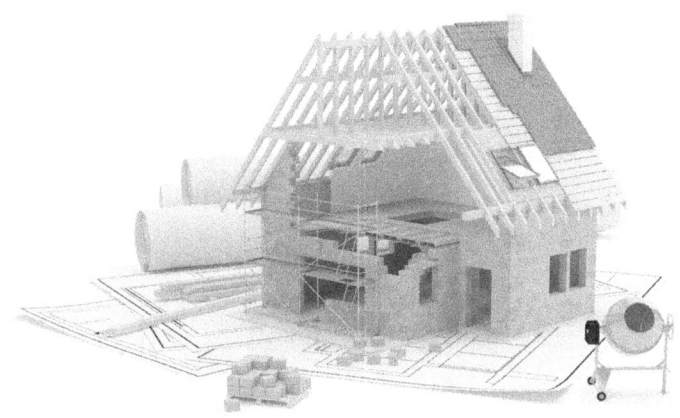

Nuna Kaunar God.

Ta yaya za mu nuna ƙaunar God? Ta yaya muke jin muryar God don sanin bukatun wasu? A ciki bamu "jin" Kaunar God. Ba mu taɓa gogaggen ƙaunar God ga wasu ba. Ta yaya zamu iya zuwa daga nan? Amma mun sani cewa Yesu ya ce, "Ta wannan ne dukkan mutane za su san cewa ku almajiraina ne, idan kuna da ƙaunar ga juna." Yahaya 13:35. Wadannan toshiyoyin maɓallan makullan ne waɗanda God ya ba mu ta wurin maganarsa don su bishe mu cikin ƙaunar da yake gudana ta cikinmu ga al'ummai.

Dole ne mu fara sanin ƙaunarsa da kulawa da mu. Dole ne mu dandana ayyukansa na halittarsa. Dole ne mu zama kamarsa kuma mu dau zuciyar kauna ta maye gurbin zuciyar mu da dutse.

Ka bar maganar God ta sabunta zuciyar ka, Wanke hankalinku ku kawo wahayinsa game da al'ummomi yayin da kuke karantawa da addu'o'i ta waɗannan **cksanyen Rubuce-Rubuce don Rayuwarsa da Kaunarsa da ke gudana ta cikinmu ga Al'ummai.**

CHAPTER 1
NEMAN ZAMAN LAFIYA CIKAKKE GOD

I. Gabatarwa

A safiyar yau na ji Ubangiji yana son ya yi muku wannan nassi. Wannan nassi ne mai ma'ana a hidimarmu har tsawon shekaru, wani bangare ne na kafuwar da God ya aza a rayuwar mu. Wannan sashe ne na rayuwar mu: mu zama kamar yadda yake. Kuma akwai mutane da yawa da suke gwagwarmaya a yanzu, har ma a tsakanin mu, amma akwai wata hanyar da God yayi mana wanda zai magance ta idan har zamu ba shi. Idan muka kiyaye, sannan muna cikin damuwa kuma zamu ci gaba da yarda da karya, kuma makiyi za su ci gaba da tozarta mu. Amma God ya ba mu amsa a cikin kalmarsa domin Yesu ya cika shi a kan gicciye.

BARI MU KARANTA LITAFIN ISHAYA 26:1-15

1 A wannan rana za a raira wannan waƙa a ƙasar Yahuza; Muna da birni mai ƙarfi; ceto zai zo daga wurin God don bango da shinge.

2 Ku buɗe ƙofofin, domin al'umma mai adalci da ta kiyaye gaskiya ta shiga.

3 Za ku riƙe shi cikin salama, Tun da ya dogara gare ku.

4 Dogara ga Ubangiji har abada: Gama a cikin Ubangiji madawwamin ƙarfi ke samuwa:

5 Gama yakan ƙasƙantar da waɗanda suke zaune can a sama. Ya ƙasƙantar da Babban birni; ya kaskanta da ita har zuwa ga kasa; kuma ya mai da ita turbayan kasa.

6 Kafar za ta tattake shi, da ƙafafun matalauta, da matakai na matalauta.

7 Hanyar adalai adalai ce, kai mai adalci ne, Kokarin kiyaye hanyar adalci.

8 Haka ne, a cikin hanyar hukunce-hukuncenmu, ya Ubangiji, muna jiranka, Abin da muke marmarinka shi ne sunanka da kuma ambatonka.

9 Ni kaina na nemi ka da dare; Ni, da ruhuna a cikina Zan neme ka da wuri. Gama lokacin da hukuncinka suke a duniya, mazaunan duniya za su koyi adalci.

10 Ka nuna wa miyagu alheri, Duk da haka ba zai koyi adalci ba: Zai yi zalunci a ƙasar adalci, kuma ba za su ga girman Ubangiji ba.

11 Ya Ubangiji, lokacin da hannunka ya ɗaga sama, ba za su gani ba, amma za su gani, su kuma ji kunya saboda kishin da mutane suke yi. I, har maƙiyinku zai cinye su.

12 Ya Ubangiji, za ka tabbatar mana da salama, Gama kai ka cika ayyukanmu a cikinmu.

13 Ya Ubangiji Allahnmu, waɗansu sun mallake ka, sun mallake mu, amma kai kaɗai ne kaɗai za mu iya ambaton sunanka.

14 Matattu ne, ba za su rayu ba. Sun mutu, ba za su

tashi ba. Don haka ka ziyarce su, ka hallakar da su, Ka lalatar da kowane tunaninsu.

15 Ka yawaita al'umma, ya Ubangiji, Ka ƙaru da al'umma. an daukaka ka: Ka kuma kawar da ita zuwa ƙarshen duniya.

Yesu ya biya farashi a wurin domin mu dauki kalmar sa mu gaskanta da maganarsa kuma mu karbi maganar sa. Ya ce, "Sararin sama da ƙasa za su shuɗe, amma maganata ba za ta shuɗe ba." Wannan shine tabbacin Kalmarsa a garemu idan muka yarda dashi. Kuma a wannan rana za a raira wannan waƙa a ƙasar Yahuza. " Yanzu ina kira "wannan ranar" wannan rana. Na kira shi "yau". Yau ce ranar da zai yi mana. Wannan ita ce ranar da za mu raira wannan waƙa tare da Yahuza! Ya ce "a cikin ƙasar Yahuza... "Muna cikin ƙasar Yahuza, ba haka ba ne? Amin. "Muna da gari mai ƙarfi, God zai ceci garun da katangu.

"Ku buɗe ƙofofin ... Wannan abin da ya kamata mu yi kenan. Dole ne mu bude wa Ubangiji. "...cawa al'umma mai adalci da ta kiyaye gaski ta shigo." Yanzu wannan mutane ne na musamman. Wane irin mutane ne? Mutanen kirki. Wannan menene? Yana riƙe gaskiya.

A yau da wuya ku faɗi gaskiya ko'ina. Littafi Mai Tsarki ya ce an jefa gaskiya a titi. An jefa adalci a tituna. Wannan shine abin da yake a yau. Wannan ita ce ranar da yake Magana a kai. "Bude kofofin kuma bar mutanen kirki waɗanda ke kiyaye gaskiya su shiga." Yanzu idan ba mu da gaskiya, ba za mu iya riƙe gaskiya ba, ko za mu iya? Na san mutane da yawa waɗanda ke ƙoƙarin ɓatar da God, kuma suna son abubuwan duniya, kuma suna son har yanzu a kira su Kiristoci. Wannan bai sanya mu zama kirista ba. Abinda yasa mu kirista shine kiyaye gaskiya.

Samun Kiristi a cikin zuciyarmu da rayuwarmu da aikata abin da kalmarsa ta ce yi da kuma kiyaye gaskiya.

II. "Ka kiyaye shi zaka kiyaye shi cikin cikakkiyar salama ..."

"Cikin cikakiyar salam zaka kiyaye su, wanda hankalinsa ya kasance a gare Ka: Saboda ya dogara gare Ka." Shi ke nan. Idan muka kiyaye gaskiya, idan muna masu adalci, to lallai zamu zama masu adalci cikin adalcin God. Ba mu da adalcin namu. Kun san muna da tsare-Mun ce, "To, wannan da kuma wannan da kuma wannan shine abin da zan yi". Ko "Abin da nake yi ke nan kuma ba wanda ke canza ni." "Zan yi wannan, kuma wannan da wannan." Sai ka ce kai krista ne? Hmm...Ba zai yiu ba. **Jayayya da ke cikin duniya a yau tana lalatar da Kirista.**

Akwai wani misali, Kuma ana kiranta Mai shuki. Kuma akwai aya a cikin labarin mai shukin da ke cewa wasu sun fadi tsakanin ƙaya da ƙaya kuma an sarƙe su. Damuwar rayuwar nan, da duk rayuwar wannan duniya, da jin daɗin rayuwar nan ta ciccire ta, har ta kawo 'ya' ya zuwa kammala.. Wannan shine yanayin Ikilisiyar Kirista a yau. Me yasa?guda nawa cinkin ku kai damuwa? Kun damu. Me yasa za ku damu? Kulawar rayuwar nan. Me zai faru idan muna da damuwar rayuwar mu kuma muka ƙyale su su hana mu? Mun damu kuma ba ma ba da 'ya'ya.

Mene ne 'ya'yan itacen da God yake bayan rayuwarmu? "Wannan al'umma mai adalci wacce take kiyaye gaskiya..." guda nawan ku suna da cikekken zaman lafiya? Kuna buƙatar wannan kalma. Amin. "Ka kiyaye shi da aminci wanda zuciyarka ta dogara gare ka: Saboda ya dogara gare Ka." Me yasa bamu da cikakken kwanciyar hankali? Domin hankalin mu bai dogara gare shi ba.

Yanzu zaku ce, "Ta yaya zan iya sa tunani a kan Ubangiji koyaushe? Ba zan iya tunani a kan wani abu ba." Wannan ba abin da ya ce bane. Yanzu zan ba ku wani nasi: "Ku dogara ga Ubangiji har abada, Gama a ciki Ubangiji akwai madawwamin karfi : Domin yakan ƙasƙantar da wad̃anda suke a zaune can a sama, da birni mai ƙauna, Ya saukar da shi ƙasa, Ya saukar da shi ƙasa, har ƙasa. Yana shigar da ita cikin turɓaya...". A yanzu wanene muke tsammani cewa God zai kwashe birane ya zama turɓaya. Kuma za mu tsaya a gabansa mu fad̃i "Zan yi abin da zan yi"? A ina kuke tunanin zamu zama? Za mu zama ƙura, ba haka ba ne? Ba za mu iya yi ba. God yana da mafi kyawun hanya. Amin. Hanya cikakke. Hanya don hankalinmu ya kasance a cikin sa domin mu sami cikakkiyar salama a cikin mu.

III. "Mazaunan Duniya Za Su Koyi Adalci."

Yanzu aya ta gaba tana cewa: "Wanene zai tattake birnin? Har da ƙafafun talakawa da matakai na matalauta." Me suke ƙoƙarin yi a yau tare da marasa gida, talakawa, da mabukata? Mafi yawansu suna kan tituna. Amma me zai faru da garin? Za a saukar da shi a ƙasa. Zai zama turɓaya "Hanyar masu adalci adalai ne: Kai, kai mai adalci ne, Ka auna hanyar masu adalci. Haka ne a cikin hukuncinKa, ya Ubangiji, mun jiraka, sha'awar zuciyar mu zuwa gare ka ce, da kuma ambatonKa. A cikin ruhuna na nemi ranka da dare, A cikin ruhuna a cikina Zan nemi ka da wuri. Gama lokacin da hukuntanka suke cikin duniya, mazaunan duniya za su koyi adalci." Bari mu tsaya a kan wannan ayar na d̃an lokaci ... "Lokacin da hukuncinta suke cikin duniya, mazaunan duniya za su koyi adalci." Mu, a wannan kasar, muna ƙoƙari mu ce babu wani God, cire shi daga duk rayuwarmu ta jama'a, muna ƙoƙarin cire shi daga duk abin da muke a fili. Amma ya ce, "lokacin da hukuncinka suke cikin duniya, mazaunan duniya za su koyi adalci." Yanzu hukuncin God yana cikin ƙasa. Ya riƙe shi zuwa lokacin da aka sa masa, amma muna a wannan lokacin, Ku yi imani da ni, lokacin da God zai yanke hukunci akan duk abin da muke yi da faɗi yanzu. Idan mu na shi ne, kuma idan muna son shi ya zama komai a rayuwarmu, sai ya fashe da kuka, "...Da ruhuna a cikina Zan neme ka da wuri." Ka sani, mutane suna tsoron hukuncen God, amma hukuncen God su lalata ayyukan shaidan ne. ko? Hukuncin God ba na mutum bane, shaidan ne da ayyukan shaidan na cikin mutum. Yana so ya cire shi kuma ya nuna adalcinsa a cikin kowane ɗayanmu. Ya ce mazaunan duniya za su, ba wataƙila ba, ba watakila ba, amma za su koyi menene? Adalci. Ka ga duniya tana cikin irin wannan rudani? An ƙaddara a hallaka adalci, an ƙaddara a hallaka gaskiya, an ƙaddara a hallaka adalci da hukunci. Amma God yana ƙaddara maganar Sa cewa hukuncin sa na zuwa da farko. Kuma da hukuncinsa zai zo adalci. Mazaunan duniya za su koyi adalci. Yaya za a yi? God yana da hanyoyi da yawa na yin sa. Yana da hanyoyi da yawa na yin shi a rayuwarmu, hanyoyi da yawa na mu'amala da mu domin yana son duk waɗannan ɓarna a cikin mu kuma yana son mu tsarkaka cikin adalcinsa da amincinsa. Waɗanda suke yin ādalci kuma suna kiyaye gaskiya. Yanzu ba zai barmu mu canza kanmu da kanmu ba. Yana roƙonmu mu ƙyale shi yayi. He wants to do it, and when He does it, it's complete and it's thorough and it is perfect. Right?

Sannan ya ci gaba da cewa, "... za a nuna wa miyagu da alheri amma ba za su koyi adalci ba." Me yasa? Domin su mugaye ne. Suna son sanin God. Ba sa so su yarda cewa God ne ke gudanar da wannan duniyar, kuma mugaye ne, su na da mugunta a cikin komai; kowane bangare na kasancewarsa mugaye ne. Kuma God ba ya yin wannan domin su, domin ba za su taɓa yin adalci ba. Amma za su ga hukunci kuma dole ne su bayyana cewa God ne yake yi, ko da sun ƙi karɓa, dole ne su san shi. "Ka nuna wa masu mugunta alheri, amma ba za su koyi adalci ba. Zai yi zalunci a ƙasar adalci, ba zai ga ɗaukakar Ubangiji ba." Zai ƙi, saboda muguntarsa ba shi da sha'awar sanin Ubangiji. "Ya Ubangiji, lokacin da hannunka ya ɗaga sama, ba za su gani ba, amma za su gani, su kuma ji kunya saboda kishin mutane. I, har maƙiyinku zai cinye su. " Na karshe abin dariya na God ne, saboda wannan mugunta da suke yi, God zai aiko da wuta ya ƙone ta. Amma a cikin ƙona su, za a ƙone su da wuta, domin sun ƙi yarda da God da Ubangiji.

IV. "YA UBANGIJI, KA KAWO MANA SALAMA A KANMU ..."

"Ya Ubangiji, za ka kawo mana salama domin kai ma ka aikata ayyukanmu a cikinmu." Me yake yi yanzu? Yana fitar da ayyukan jiki, yana fitar da ayyukan iblis. Yana ɗaukar duk waɗannan abubuwan kuma yana sanya ayyukansa a cikin mu. "...Kun yi aiki..." Menene ma'anar hakan? Menene ma'anar kalmar "aikatawa"? Kafa. Yana halittarmu cikin adalcinsa. Yana sanya ayyukan sa a cikin mu. Kuma wani lokacin, ba ma jin haka. Mun ji duk wannan sauran abubuwan. Muna mamakin ina adalcinsa, amma yana yin wani abu a can. Yana zuga shi saboda ya iya zuwa saman, don haka zai iya cire shi. Amin ... "Ya

Ubangiji, za ka tabbatar mana da salama, Gama kai ma ka aikata ayyukanmu a cikinmu." Ba ayyukanmu bane amma ayyukansa. Yana canza mu. "Kada ku yarda da duniyar nan, amma sai ku sake ku ta sabuntawar hankalinku. "

To, menene God yake yi a nan? "Zai kiyaye shi cikin salama wanda zuciyarsa ta amince da kai." God yana aiki da hankalin mu a yanzu. Amin. "Ya Ubangiji Allahnmu, waɗansu sun mallake ka, sun mallake mu, amma kai kaɗai ne kaɗai za mu ambaci sunanka. Matattu ne, ba za su rayu ba. Sun mutu, ba za su tashi ba. Don haka ka bincike su, ka hallaka su, Ka kuma lalatar da tunawan su. " Bari mu koma. Sauran iyayengiji sun mallaki rayuwarmu. Wane irin barnar da muka yi rayuwar mu ce. Domin ba mu zabi adalci ba. Ba mu zabi gaskiya ba. To me ya faru? Duk wadannan abubuwan sun zo rayuwar mu ne domin su dauke mu. Labarunmu suna da yawa kuma mabambantan kowa a wannan hanyar rayuwar mu. Amma akwai wani abu da gaskiya: idan aka gama yesu tare da mu, kuma muka bashi damar yin wannan aikin a cikinmu, zamu zama masu adalci, kuma za mu kiyaye gaskiya, kuma za mu iya samun cikakken kwanciyar hankali.

Yana magana ne game da waɗannan shugabannin duka. Yanzu za mu iya yin jerin gwanon su, ba za mu iya ba? Dogayen jerin sarakuna da ke damun mu koyaushe, kuma da yawa daga cikinsu ba su ma da gaskiya. Wadannan iyayengiji sukan zo su ziyarce mu a kullun, suna azabtar da mu, suna yi mana ƙarya, kawai suna gaya mana waɗannan abubuwan, kuma ba su da gaskiya. Amma sun mallake mu. Me yasa suke da iko da mu? Domin ba mu ba da wannan mulkin ga God ba. Mun kiyaye shi, ya bar shi ya mallake mu, har ... "sauran iyayengiji baicin ku sun mallake mu."

"Tor, haka nake," Na ji mutane suna cewa. "Idan mutane za su so ni, za su so ni yadda nake ba ... domin shi ne yadda nake." Kuma ina kallonsu ina jin tausayin su, saboda Ubangiji yana son canza rayuwarmu ya kuma sa mu zama kamar yadda yake. God yana da tabbataccen shirin rushe waɗancan iyayengijin. Amma muna da yancin yanke shawara. Yanzu saurare shi. "... Baicin Kai, wasu iyayengiji sun mallake mu, Ta wurinka ne kawai, ta wurin Ubangiji kaɗai, za mu ambaci sunanka." Ta wurin Ubangiji ne kawai wannan zai iya ya faru.

Amma menene? Dole ne mu bar Shi ya yi. Amma ta wurinka ne kawai za mu ambaci sunanka. " Dole ne mu kawo shi ga Ubangiji, kuma dole mu kawo shi da niyyar ba za mu karbe shi ba, cewa muna son 'yanta shi. Idan muka ba shi wannan shine abin da yake aikatawa. Shi menene? Ya ce sun mutu. To menene zai faru? Yana halakar da su. Ba za su rayu ba. Sun mutu. Idan suka mutu, sun mutu kuma za a binne su. "... Saboda haka ka ziyarta, amma ba za su tashi ba." Idan ka mutu kuma aka binne, ba za ka tashi ba. Don haka ya tabbatar dashi sarari cewa babu shakku daya a zuciyarku game da abinda Zai iya yi. ko? Amma ta wurinka ne kawai za mu ambaci sunanka. Matattu ne, ba za su rayu ba. Sun mutu, ba za su tashi ba. Ka lura da su, ka hallaka su, Ka sa duk tunaninsu ya lalace." Yanzu wannan, muna tsammanin, ba zai yiwu ba, ko? Amma idan har za mu ba shi, kuma Ya lalatar da shi gaba daya, to, lalle Shi, ya aikatad da shi, kuma Ya sa duk tunaninsu ya lalace. "Ka yawaita al'umma, ya Ubangiji, Ka ƙaru da al'umma. An daukaka ka. Ka kawar da ita zuwa ƙarshen duniya." Ina so in fada muku yau cewa na san gaskiyar wannan kalmar, kuma akwai mutane da yawa a nan waɗanda suka san gaskiyar wannan kalmar. Yana da ƙarfi, amma ya rage namu. Ya rage gare mu idan muna son mu rayu kamar shaidan, kuma muna son shaidan ya mallake mu, kuma muna son azabtar da mu dare da rana, sannan mu ce mu Kiristoci ne. Ba Ubangiji ba. Domin ya yi mana hanyar samun cikakkiyar salama. Kuma ba kawai kwanciyar hankali ba ne ke zuwa sau ɗaya a cikin ɗan lokaci. "...zai kiyaye shi, zai kiyaye mu, a cikin cikakkiyar salama."

Zan yi maka addu'a yau, za ku sami kwanciyar hankali, kuma gobe ba ku da shi. A'a, Ya lalatar da wadancan abubuwan kuma ya binne su, kuma ba za su sake tashi ba.

V. Yesu Ya hallaka "Tsohon Mutumin Mai Zunubi"

Kun sani, an horar da ni a cocin da yayi magana game da tsarkakewa. Sannan lokacin da na fara karanta Maganar yadda God ya ba ni, na ga wani abu daban. Suna magana ne game da tsohon mutum mai zunubi. Kun taɓa haduwa da shi? Kun taɓa sanin shi? Ya sa Krista da yawa suna cikin damuwa. Ka san abin da wannan yake nufi? Na kasance ina tunanin haka, torr, lafiyarku ce ke nunawa. Wannan ya kasance magana a cikin coci da aka haife ni. Idan ka ɗaga muryarka ko kuma ka faɗi wani abu da ba su yarda da shi ba, "To, wannan ƙabilarka ce ta nuna!" Na samu labari maku. **Yesu yace ya dauki shi akan giciye.** Ya gafarta zunubanmu ta jininsa. Ya rusa zunubin Adamu a cikin ku, to me ya yi? Ya kai shi kan gicciye. Abin la'ana ne aka sa can a wurin faɗuwar mutum.

Yesu ya dauke shi akan giciye. Idan muka yi baftisma cikin ruwa, muna da gatan ɗauko "tsoho" zuwa can mu binne shi. Zai bar mu mu ɗauke wannan dattijon nan na mai zunubi ... amma ya halakar da shi a kan gicciye, ya lalata ikonsa a kan gicciye ... ga kowane kirista, hakan zai saurare shi ya kuma yi biyayya da shi. Za ka gangara zuwa cikin ruwa, kabari tare da Ubangiji, kuma za ka binne tsohon nan a can. Ba ya da rai idan ka gangara. Ya riga ya mutu, **Ya mutu a kan gicciye.** Amma kuna da damar binne shi, saboda haka kun san tabbas bai da rai. Abin ya ta'azzara ne a gare ni lokacin da God ya buɗe littafin nan domin na yi tunani cewa a duk tsawon rayuwata zan iya jure wa wannan dattijon zunubi kuma in yi tafiya tare da Yesu. Nagode God ba gaskiya bane! Wataƙila muna da abubuwa da yawa waɗanda muke buƙatar kawar dasu, amma muna da Yesu kuma Shi zai kawar mana da shi. Amin! Ya ce yana da matukar muhimmanci a gare mu mu yi baftisma cikin ruwa, cikin Yesu Kiristi. Ba a cikin majami'a ba, ba cocin Methodist ba, ba a cikin cocin Baptist, ba a cikin cocin Katolika, amma a cikin Yesu Kristi. Baptismar Yahaya baptismar tuba ce, amma baptismar yesu shine ya kawo mu cikin shi. Kuma yana cikin mu – yana sanya mu cikin ruhu. Ba sauran zuriyar Adamu ba, amma wata halitta ce – sabon halitta aka fara ta wurin Yesu Almasihu, yayin da muke gangarowa kan giciye kuma yayin da muke gangarawa cikin ruwa. An binne tsohon nan a wurin, **ba zai sake tashi ba,** muddin mun ba da damar Yesu Kristi ya zama Ubangiji da Sarki a cikin mulkinsa a rayuwarmu.

Idan muka rabu da shi, to zamu shiga wuta. Lallai zaku shiga cikin munanan ayyukan da Shaidan yake muku. Amma idan ka yi riko da Ubangiji kuma ka aikata abin da Ya ce, wannan babban aikin da ya yi mana, ya tabbata a cikin Yesu Kristi. "**A cikin sa muke raye, muna motsawa, muna da kasancewarmu.**" Shine ya ba mu cikakkiyar aminci, kuma ya kasance tare da mu. Shi ya wajabta mana. Ya bamu damar. Ya sa ya yiwu mana muyi baftisma cikin ruwa, kuma, domin mu sami 'yanci daga tsohon mai zunubi kuma domin muyi rayuwa cikin salamarsa don mu lalata duk sakamakon wannan rayuwar.

God ya bamu amsar - Sabuwar haihuwa.

Ya ce wa Nikodimu, "Dole a sake haifarka, haihuwa ta Ruhu, haihuwa ta ruwa." Amma a nan yana gaya mana yadda zai yi aikin. Don gama abin da abokan gaba suke kokarin sanya mana tunani ya zama dole ya kasance a cikin mu. God ya kawar dashi ... idan zamu bar Shi. Idan bamu bar shi ba, zamu ci gaba da jin daɗin sa. Ina tsammanin wasu mutane suna jin daɗin shi. Ina tsammanin **ya kamata mu yanke hukuncin barin God ya kwace fannonin, wadancan tsoffin iyayengiji, daga rayuwar mu.** Aboki gaba yazo, kuma zaiyi kokarin cewa, "Yanzu, dube ka," idan kayi kuskure, idan kayi fushi. Ka tuna God yayi mana kamar kansa. Ya bamu dabi'a kamar Halittar sa. Adamu ya ba da wannan yanayin, ba haka ba ne? Amma Yesu ya maido mana dashi ... in muna so. Dole ne ta hanyar zabinmu, ko ba mu da 'yanci ko kuma muna barin wadannan iyayengiji su rushe mu, kowace rana. Ko kuma za mu bari God ya kwashe wadancan iyayengiji ya shafe su gaba daya ya kuma sanya masu ambaton su su lalace, ba wani abin da zai rage a cikin su.

Wannan Kalmar tana da ƙarfi, kuma gaskiya ne, kuma God shine yake cika mutanensa. Yesu ya kammala shi akan calvary. Ya kammala shi yayin da ya fito daga kabarin. Yau hukuncinsa har yanzu yana cikin ƙasa, kuma mazaunan duniya za su koyi adalci.

Zasu koya ta gurin mu. Idan muka bar shi ya gama wannan aikin a cikin mu, to za mu sami cikakkiyar salama. Duk waɗannan abubuwan za su shuɗe daga rayuwarmu kuma muna dogara da shi. Shine Ubangijin Maganarsa. **Ya rage namu abin da muke yi da shi.**

Idan muna son aiwatar da wadannan abubuwan kuma muyi korafi, to namu ne. Abin da ke da ƙarfi shi ne yake sa abin tunawa da shi duka ya lalace. **Ba lallai ne mu zauna tare da "takarce" ba.** Bai kamata mu zauna da wannan abun ba, idan muna son mu bar God ya dauke shi kuma ya rushe. Amin. Nawa muke son salamar sa? **Ya wajabta mana mu sami salamarsa. Namu ne, idan muna so.**

VI. "**Idan Muna Tafiya Cikin Haske Kamar yadda yake Cikin Haske...**"

Akwai littafi a cikin 1 Yahaya 1:7. "Amma idan muna tafiya cikin haske kamar yadda yake a cikin haske, muna da zumunci da juna, da jinin Yesu Kristi Hisansa, na tsarkake mu daga dukkan zunubi." Yana tsarkake mu. God da kansa ya tsarkakemu. Idan muka yi kuskure, idan muka yi zunubi, mun zo gare shi, kuma muna roƙon sa ya gafarta mana nan da nan, kuma God yana tsarkake mu daga dukkan zunubi. Na gaskanta cewa in da za a yi hidimar wannan gaskiyar a cikin majami'u kamar yadda God ya yi niyyar bautar, babu mai yin baya da baya. Domin idan shaidan ya zo, idan muka yi kuskure daya ko kuma muka aikata karamin zunubi, zai same mu da azaba har sai mun yi miliyan daya.. Domin idan shaidan yazo, idan muka sanya guda daya To shaidan ya sanya mu.

Maganar God yace, "Ya tsarkake mu." Yes una zaune a

hannu dama ubansa can a sama yana roko domin mu yayan Adam. Har way au yana kan roko domin mu samu kubutarwa daga zunubi, da kuma ikon ibilis. A cikin litafin Ishaya, ya gaya cikakken aikin. A cikin litafin Yahaya, ya ce, "Indan mun yi tafiya a cikin haske, yanda shi yake cikin hasken, muna da zumunci…"

Me ZE faru? Wani ya fita nan, kuma suka aikata zunubi, suka taho cikin 'yan'uwa. Me ZE faru? Ah!, gaba ɗayansu ba 'yan'uwansu ba ne. Hakan gaskiya ne. Kuna jin bakon abu a tsakanin su. Me yasa? Domin kun fita daga haske da hasken a cikin 'yan'uwa sun dame ku. **Abinda yakamata ayi shine ka koma ga haske ka roki Yesu ya gafarta maka.** Nan take zai gafarta mana, sannan kuma muna sake tafiya cikin haske. Yanzu kuma zamu iya shiga cikin yan 'uwan kuma sake zama tare dasu. Yesu ya ce Ya wajabta salama a gare mu. Kuma wannan salamaya ba mu.

Lokacin da Yesu ya dawo bayan tashinsa daga matattu, abu na farko da ya fadawa almajiransa shine, "Assalamu alaikum." Don haka ne Ubangiji yake faɗi cewa, "Na baku salama na." Me yasa kuke barin abokan gaba su kwace muku wannan kwanciyar hankali??" Idan kunyi wani abu ba daidai ba, duk abinda za ku yi shine ku roke shi ya gafarta muku kuma salama tana komawa zuwa gareku. salamansa ne ya ba mu. Idan da bakinmu da ayyukanmu muka rasa wannan kwanciyar hankali, to muna bukatar komawa inda muka rasa shi kuma mu dauko shi kuma.. God yana yi mana, idan har muka bar Shi ya ba mu. **Amma ba za ku iya ajiye cakuda ba.**

Ina matukar adawa da wasu abubuwan da kirista ke yarda da su a duniyar yau, saboda sasantawa. Idan kuma ta bamabanta, Hakanan kana iya gaya wa Yesu "Ban kwana," domin idan ka haye zuwa can, ba za ka hadu da Shi ba. A'a, ba haka bane! Ba za ku kasance tare da sasantawa a nan ba, tare da mugu wanda ya ƙi - wanda ya ƙyale Yesu ya ba su cikakkiyar salama.

Daya daga cikin manyan alamomin kasancewar God shine salamar sa. Yesu ya ba shi nan da nan ga almajiransa. Lokacin da ya gan su bayan ya tashi daga matattu, ya basu kwanciyar hankali. Yana da kwanciyar hankali ga kowane ɗayanmu, kuma namu ne idan muka zaɓa. Idan ba mu zaɓa ba, da kyau, na riga na karanta abin da zai same ka. Kuna zuwa wurin mugaye. Abu daya da na sani, **God ba ya son Kirista da azaba.** Idan kana shan azaba, kana buƙatar kawar da shi. Ka ba da shi ga Ubangiji, amincinsa zai kiyaye ka. Idan baku yarda da Maganarsa ba, kar a nemi shi ya yi muku komai. Ya ce masu yi imani, dukkan abu mai yiwuwa ne. Ya sa hakan ya yiwu. Zai yi mana, amma dole mu yarda mu bar shi yayi shi. **Namu ne yau idan muna so.**

VII. Kwarewar Sauye-sauye Rayuwa Guda biyu

Ina da kwarewa biyu a rayuwata. Abubuwa biyu da matukar muhimmanci a rayuwata wadanda suka canza rayuwata gaba daya ya ba ni kwanciyar hankali. Iyalaina sun lalata ni, ba ta iyalina ba, sai dai yadda nake tunani. Ka gani, ba lallai ne mu zama abin da mutane suke faɗi ko aikatawa ba. **Idan kuwa hakan ta shafe mu, to za mu ji ma kanmu rauni da shi.**

Mahaifiyata ta mutu sa'ad da nake shekara goma sha ɗaya, tare da yan uwana maza da mata guda biyar maza da mata. Mahaifina bai taɓa dafa abinci ba, bai san komai ba game da yara, saboda yana aiki nesa da gida a yawancin lokaci. Werean uwana biyar maza da mata.

Watakila ba ku san abin da brothersan'uwa matasa maza da mata suke yi ba, musamman idan ba su da uwa kuma ba su da mai kula da su. Tor dai, za su ba ni lokaci mai wahala. Suka ce, "Wanene kuke tsammani kuna? Ba za ku iya gaya mana abin da za mu yi ba." Kuma me kuke tsammani ta tsiora a ciki na? Mai yawan takaici da "takarce".

To, sa'ad da nake shekara goma sha shida, na ba da raina ga Ubangiji. Wannan shi ne lokacin da yakin ya fara gaske! Wan, maza da mata suka ce, "Tana da kaunar addini!" Sun dauki yaran, sun dauke su zuwa wani bangare na jihar, kuma ba a ba ni damar zuwa ziyartar su ba, saboda ni " mai kishin addini ne". Saboda haka sun ba da kowane irin labaru game da ni, kuma, ba shakka, yana dawowa koyaushe. A wannan lokaci nakan bar sakamakon abubuwan nan su lalata ni. Ina da kira; Na san abin da God yake so in yi, amma ga iyalina.

Kun gani, ba daidai bane idan muka rike wani dangi, lokacinda God yake kokarin rabamu da wannan dangin, dan haka Zai iya yin wani abu a rayuwarmu. Ba wata matsala tsakani na da God; Ina kaunar God. Amma ba zan iya bauta wa God domin ina da duk wannan "kaya" a cikina. Don haka ni ma na gangara, wata hanyar, saboda na kyale abubuwan da mutane suka fada ko suka yi, ko kuma abin da shaidan ya yi ya lalata ni. Wannan ba wargi bane; yana da matukar muhimmanci.

Wata rana Ubangiji ya kama ni sai Ya ce mani in daina dangi na. Ya ce, "Ina da dangi a gare ku wannan dangin nawa ne kuma zasu kasance danginku." A wannan ranar na zo karshen rayuwata, na kuwa sani. Na san ba zan kara tafiya ba kuma Ubangiji ya girgiza ni a zahiri. Ya girgiza ni. Ya ce, "Na ce maka ku bar wannan dangin, ba ka yi biyayya da maganata ba." Yanzu na umarce ka ka yi." Kuma a locacin ne ya umurce ni da in aikata shi, sai na ce, 'Ee, ya Ubangiji.' Na ba da shi. Na ba da shi nan da nan kuma Ubangiji ya fitar da kowane ƙwaƙwalwar azaba, duk abin da na yi tunani yana da muni, ba zan iya gaya muku abin da waɗannan mugayen abubuwa suke ba, domin Ya ɗauke su, Ya hallaka su. Amma tilas in bar shi yayi shi.

Idan wani abu yana cikin rayuwarmu wanda yake hana mu barin Yesu ya samu cikakken ikon tafiyar da rayuwar mu, muna buƙatar kawar da shi. Idan mutum ne ko idan abubuwa ne, muna bukatar mu rabu da su. Saboda na bar tsohuwar dangi, a yau da kuma a cikin shekarun da God ya ba ni kyakkyawar iyali - dangin God tare da dukkan ƙananan yaran da zan iya ƙauna. Iyalinna - ba su ba ne dangi na - sun kasance "dangi ne kawai" waɗanda ba su shafi rayuwata ba tunda Yesu ya karɓe shi. Amma dole ne ya dauke ta. Idan muka jingina ga abubuwan da God yake cewa kada su bari, hakan zai karbe mu ya lalata mu. Amma idan muka kyale, to yana da abin da yafi kyau, **idan muka bar Shi yayi ta.**

God yana da cikakken kwanciyar hankali ga kowannenmu, idan har zamu bar shi ya tsabtace gida ya cire duk abubuwan da har yanzu muke son riƙe su. Abu ne mai matukar kyau, abin da God zai yi 'yan kwanaki. Kun gani, God zai yi mana duka. Dalilin da ya sa yawancinmu har yanzu muna ta yawo da matsalolinmu shine saboda ba mu ba shi ba.

Wani lokacin da nayi minista a Arewacin California. Na yi aiki sau hudu a wannan ranar kuma na zo dakina na tafi barci. Ubangiji ya shigo dakina sai ya fara tiyata a kwanyar kaina. Na ji shi ya bude shi, sai na ce masa, "Ya Ubangiji, me kake yi??" Na sani cewa Ubangiji ne. Ya zama kamar dai ina ganin abin da yake yi kamar yadda Yana yi. Na ce, "Ya Ubangiji, me kake yi? Ya ce, "Ina fitar da abin da bai kamata ya kasance ba." Sai naji zafi, wani irin kamshi mai dumin ciki ya mamaye kwanyata. Na ce, "Me kake yi??" Ya ce, "Zan sa Ruhuna, haskena a wurin, kuma zan cire dukkan duhu." Kuma ya rufe wurin a nan kuma ya ce, "Ina rufe bakin kofar, cewa babu wadannan abubuwan da za su dawo." Ya kasance kwarewa ce mai daraja, kuma ba a taɓa canza ta a cikin raina ba tun daga wannan ranar.

Wadancan abubuwan guda biyun sun canza rayuwata ne saboda Ubangiji ya kwashe wadancan abubuwan da makiya zasu yi amfani dasu su lalata rayuwata.

Ubangiji Ya ce mani mai hankali da tunani mai kama da mai rikodin tef. Wanda bai san abinda yake ba yana yin duk abin da muke gani da ji daga lokacin da mu mutane ne. It's all recorded. Duk "takarce" da kuka kalli a talabijin, duk abinda kuka ji a rediyo, duk finafinan da kuka je, duk rubuce rubucen nan ake yi, anan ne ake ciki.

Babu sauran wuri da ya rage maka amfani da kwakwalwarka, saboda duk gurbace ne. Amma Ubangiji ya ce, Shi kaɗai ne zai iya shafe ta, kuma zai shafe ta daga gare mu ... idan muka kyale shi. Wannan shi ne abin da ya yi mini. Ba wai kawai ya rabu da ni da mutane ba, Ya ɗauki halayen tunani don kada in ƙyale wadannan abubuwan su shafi rayuwata. God ya canza rayuwata don in yi haƙuri da mutane, don haka zan iya zama tare da mutane don haka in ji shi kuma in yi masa biyayya.

God yana so ya yi shi domin kowane ɗayanmu idan

muna son shi ya canza rayuwarmu don mu zama kayan
ƙaunarsa da zaman lafiyarsa, farincikinsa da adalcinsa. Ya
rage namu. Ina samun damuwa da halayenmu. **Muna
rayuwa karkashin abin da God ya ba mu yayin da
muka kyale waɗannan abubuwan su shafe mu.**
Ubangiji yana da amsar yau a cikin Kalmarsa: **idan muna
son salama cikakke, zai ba mu.** Zai kawar da damuwa, ya
kawar da damuwar.

VIII. Kammalawa Da Addu'a

Ban zaci cewa akwai wani mutum a cikin duniya da
suka damu kamar yadda na yi. Hakan gaskiya ne. Tun
daga ƙaramin yaro na damu, abin da kawai na damu.

Ba ni da wani abin dabam. Amma, oh, yaya mamaki ne.
God na ƙaunar mu sosai Zai dauki karamar yarinya a can
Ohio, Kafafu ba abin da ba shi da kima, yana cike da
damuwa kuma ba zai iya tunani a mike ya canza
rayuwarta ba domin Yesu ya ba ta kwanciyar hankali.
Kuma Ya ba da wannan zaman lafiya a gare ku.
Salamansa wanda ba ya ƙarewa, idan muna tafiya tare da
shi. Idan za mu bar shi ya ba mu salamar sa garemu yana
ƙaruwa a rayuwarmu, zai zama da ƙarfi sossai.

Lokacin da nake renon 'ya'yana, ina da yanayi a jikina
wanda yake da matukar muhimmanci. 'Ya'yana,' yata ya
goma sha biyu kuma ɗana yana goma sha biyar, dole ne su
jimre da ni, a zahiri na kasance mara tausayi.

Wata rana na je wani taro, kuma na san wane ne
wannan mutumin, kuma na ji in je. Lokacin da na shiga
cikin taron sa, sai ya ce mini, "'yar'uwata, Ubangiji na
warkar da ke yanzu daga matsalar rashin lafiyar da kika
sha a rayuwarki duka.' Ya tafi haka kawai, ya tafi! Tun
daga wannan ranar har zuwa yau ban sake samun sa ba.

Ina da salamar God. Na gode wa God saboda kaunarsa, da salamarSa, da kulawar da Ya yi mana don ya 'yantar da mu, ya kuma kiyaye mu ta hanyar salamarsa. Amin. Namu ne yau idan muna so.

Idan kuna son zama tare da matsalolinku, idan kuna son zama tare da waɗannan abubuwan, to ku zauna tare da su, amma God yana kuɓutar da ku. Yana da waraka. Yana da kwanciyar hankali. Zaman lafiya mai yawa **a yau** idan har muna son hakan.

Ya rage namu. "Ya Ubangiji, Ka tsara mana salama." Ka sa ambaton shi duka su lalace. God mai girma muke bauta wa. Ya sa shi a hannunmu, kuma me za mu yi da shi?? Shin za mu kula mu ji abin da Ya faɗi kuma mu bar shi ya canza rayuwarmu, ko kuwa za mu ci gaba ta hanyar da muke bi? Zan gaya muku abu daya: Na san ba za ku yi ciwo ba kuma ba zai fi kyau ba har sai kun ba shi damar kawo salamarsa kuma ya zauna a cikinku. God ya wajabta zaman lafiya a garemu.

Salamarsa – domin mu rayu cikin salamar sa, yi tafiya cikin salamar sa, kuma ka zama wannan salihar al'umma mai kiyaye gaskiya. Godiya ga God saboda maganarsa. Ba mu da bukatar fassara shi. Abin da Ya faɗi haka ne. Ina son bayar da Magana kuma bari Ruhun Ubangiji yayi magana game da shi.

Uba, muna yabonka, Yesu, yanzu muna roƙonka ka taɓa duk mutumin da ya ji wannan kalmar. Yesu, duk abinda ka bamu, ka bamu shi. Ubangiji, Ka san bukatar kowane mutum, kowane mutum da kowa. Ka san bukatarsu a wannan lokacin kuma Ubangiji, Kayi nufin su sami zaman lafiya. Kamar yadda suka tsaya a gabanka, cewa Kana duba cikin kowane zuciya, kowane tunani, kowane irin hali, duk abin da ba kamarka ba. Yesu, Ina rokon Ka ka motsa a tsakiyar wannan mutane ka sake su. Wadanda suke so su sami yanci, ya Ubangiji, na gode maka. Wannan kalman da Ka aiko mana. Ka ba mu tsarkakakku ne ba ƙazantacce ba ne. Ka ba mu madaidaiciyar kalma gare mu, wannan lokacin. Yanzu, ya Ubangiji, ina rokonka ka bincika kowane zuciya, kowane tunani, kowane mutum. Ina rokon Ka yanzu ka yi wanan aiki a cikin kowane wanda ya yarda ya bar ka ka aikata domin su sami 'yanci. Ya God, muna rokon Ka yanzu ka motsa a tsakiyar mutanen nan. A cikin sunan Yesu, Amin.

Bari Mu Duba

DUBAWA: BADA CIKAKKIYAR AMINCIN GOD

Cika guraben

1. "Bude ƙofofin saboda _____ al'umma wanda ke kiyaye da _____ na iya shiga."

2. "Za ku riƙe shi a ciki _____ _____ wanda _____ ya kasance gare ka: saboda shi _____ a cikin ka."

3. "Trust ye in the Lord forever, for in the Lord Jehovah is everlasting _____."

4. "When thy _____ suna cikin duniya, mazaunan duniya za su koya _____."

5. "Ubangiji, za ka naɗa _____ a gare mu."

6. "Kada ku yarda da rayuwar duniyan, amma ku kasance _____ ta hanyar _____ na hankalin ka."

7. "Amma idan kun yi tafiya a cikin _____ kamar yadda yake cikin haske, muna da _____ da juna, da jinin Yesu Almasihu _____ mu daga dukkan zunubi."

Gaskiya ko Karya

1. ___ Maganar God ita ce amsar duk gwagwarmaya a rayuwarmu.

2. ___ Abinda yasa mu kirista shine kiyaye gaskiya.

3. ___ Rashin yarda yana lalata Kiristoci a yau.

4. ___ Dalilin da yasa bamu da cikakken kwanciyar hankali shine saboda hankalin mu bai dogara gare shi ba.

5. ___ Hukuncin God ba na mutum bane.

6. ___ Sauran iyayengiji sun shigo rayuwarmu saboda ba mu zaɓi gaskiya ba.

7. ___ "Tsoho mai zunubi" la'ana ce akanmu ta faɗuwar mutum.

8. ___ "Idan muka rike Ubangiji, muka aikata abin da ya fada, babban aikin da ya bamu ya cika a cikin yesu Almasihu."

9. ___ "Idan muka yi kuskure, idan muka yi zunubi, mun zo wurinsa, kuma muna roƙonsa ya gafarta mana nan da nan, kuma yana tsarkake mu daga dukkan zunubi.."

10. ___ "Idan mu, ta bakinmu da ayyukanmu, muka rasa wannan kwanciyar hankali, to muna bukatar komawa inda muka rasa shi kuma mu dauko shi kuma."

11. ___ Idan wani abu yana cikin rayuwarmu wanda ke hana mu barin Yesu ya sami cikakken ikon rayuwarmu, muna buƙatar kawar da shi.

12. ___ Hankali mai tsinkaye da tunanin da bai sani ba kamar mai rikodin tef.

13. ___ Ubangiji ne kadai wanda zai iya kawar da dukkan abin da muke cike da tunaninmu.

14. ___ Hukuncin God shine ya lalata ayyukan Shaidan.

Daidaitawa

1. ___ Inda gaskiya ta tafi
2. ___ Yanayin Ikilisiyar Kirista
3. ___ Wane ne zai taka birni??
4. ___ Zai rabu da tsoffin iyayengiji
5. ___ God baya so domin Krista
6. ___ Mai hankali da rashin sani
7. ___ Amsar da aka samo a nan
8. ___ God ya kaddara mana
9. ___ "wannan ranar"
10. ___ Sanadin damuwa
11. ___ Tsohon dattijo mai zunubi
12. ___ Baftisma ta sa mu

CHAPTER 2
KASANCEWA KO TSAYI

Matiyu 5 Beabi'ar

"Me yasa muke da abubuwan da ake kira Faɗakarwa? Muna da su domin God yana koya mana mu sami halaye na kwarai. Yana da wahala mutane su samu halayen da suka dace.

Hanya tabbatacciyar hanyar da zamu iya samun halaye na gari shine mu kasance da Yesu a cikin mu. Da gaske, ba kawai Yesu a cikin mu bane, amma ƙaunar sa ce dole ne ya sanya mu a ciki. Ina ganin ayuka jiki. Ina iya ganin abin da muke kira soyayyar ɗan adam. Amma bai isa ya canza halinmu ba. Yana buƙatar God ya canza halayenmu. Kuna iya cewa, "Ba ku zama tare da mutanen da nake zaune tare da su ba. Ba ku san mutanen da na sani ba." Akwai magani ɗaya, shi ne Yesu.

Ba rabin-Yesu ba, amma Yesu gaba daya. Kaunarsa a cikin komai! Waɗannan dokoki ne a gare mu muyi ta. Ina tsammanin waɗannan nassosi namu ne don zuwa sama. A'a, sune don muyi rayuwa dasu. Dakatar da la'akari da halayenmu ka gani shin muna wakiltar Yesu ne ko kuwa muna wakiltar namanmu ne. Na ji mutane suna cewa 'Dole ne su so ni. Wannan shine yadda nake. Idan basu yadda da ni ba hakan yayi muni sosai. Dole ne su fuskance shi.' Ya kamata mu gane cewa Yesu ne ya canza rayuwar mu. Zamu iya yin ta wata hanya; muna tsammanin muna yin daidai, amma yana nunawa a rayuwarmu ta yau da kullun da halayenmu. Yadda muke magana da junanmu, yadda muke yiwa junanmu.

Ina so in gabatar muku da Yesu na gaske a daren yau. Yesu Kristi da God ya aiko a cikin duniya domin ya ƙaunaci duniya har Ya halitta - Yana son kowa a duniya ya san ɗansa, Yesu.. Da yake zuciyar uba. Muna kallon duniyar nan kuma komai rudani ne. When God brings His judgment – it's worse than chaos.

Me za mu yi? Akwai abu ɗaya da God yake bukata a gare mu - cewa mu zama kamar Yesu." An kwance daga saƙon "Godaunar God" ta Rev. Agnes I. Numer

"Wata safiya na farka a kusa da karfe 6 kuma na sauka bene a 6:30. Na ga Annella, wacce ta kwana tare da Agnes kuma na ce mata zan zauna tare da Rev Agnes I Numer na rabin awa har zuwa bakwai. Agnes tana bacci kuma na lura ta cire injin iska ta. Yayin da na dora mata a kanta sai ta farka ta fara yin tambayoyi... as usual. I asked her if she would like for me to read the Bible to her, she said "Of course," of course.

Yayinda na karanta littafin Matta, munzo babi na 5. Na kasance baƙon da baƙon abu ne in karanta Matta 5 ga macen da ta yi shekaru tana karanta mini.

Hotuna sun mamaye zuciyata lokacin da Agnes za ta gaya mana mu sami ƙamus don sababbin kalmomin da za mu karanta a cikin Faɗakarwa. Na tuna wannan ɗayan darussan farko da tayi mana. God ya sanya jari a cikin mu. Yi amfani da atabi'a a zaman bincike na lafiyar ruhaniya. Na sami wuraren da na gaza kuma ina rokon God ya kawo min layin a wadannan yankuna na rayuwata, domin a karshe, ban zama na yi tseren a banza ba."

Teresa Skinner

Bari mu yi binciken lafiya na ruhaniya.

Karanta nassosi da ke ƙasa ka amsa tambayoyin tattaunawar.

Matta 5:

1 Lokacin da Yesu ya ga taron mutane, ya hau kan dutsen; Bayan ya zauna, almajiransa suka zo gare shi.

2 Sai ya fara magana, ya koya masu, yana cewa:

3 "Albarka tā tabbata ga matalauta a cikin ruhu, domin Mulkin Sama nasu ne.

4 "Albarka ta tabbata ga masu makoki, domin za a sanyaya musu rai.

5 "Masu albarka ne masu tawali'u, domin za su gāji duniya.

6 "Albarka tā tabbata ga waɗanda ke fama da ƙishirwa ga adalci, domin za a biya su.

7 "Albarka tā tabbata ga masu jin ƙai, domin za a yi musu jinƙai.

8 "Albarka tā tabbata ga masu tsarkakakkiyar zuciya, domin za su ga God.

9 "Albarka tā tabbata ga masu kawo salama, domin za a ce da su 'ya'yan God.

10 "Albarka ta tabbata ga waɗanda ake tsananta wa adalai, domin Mulkin Sama nasu ne.

11 "Albarka ta tabbata a gare ku idan mutane suka zage

ku suka tsananta muku kuma suka faɗi irin mugayen abubuwa a kanku saboda karya a kaina.

12 yi farin ciki kuma ku yi farin ciki, sakamakonku mai yawa ce a sama, domin kamar yadda suka tsananta wa annabawan da suka gabace ku.

13 "Ku ne gishirin duniya. Amma in gishiri ya sāne, da me za a daɗaɗa shi? Ba shi da sauran amfani, sai dai a zubar, mutane kuma su tattake.

14 "Ku ne hasken duniya. Ai, birnin da aka gina bisa tudu ba shi ɓoyuwa.

15 Ba a kunna fitila a rufe ta da masaki, sai dai a ɗora ta a kan maɗorinta, sa'an nan ta ba duk mutanen gida haske.

16 To, haskenku yă riƙa haskakawa haka a gaban mutane, domin su ga kyawawan ayyukanku, su kuma ɗaukaka Ubanku da yake cikin Sama."

Koyarwar Yesu a kan Attaura

Menene Kundin Tsararru ya ce game da waɗannan kalmomin a cikin Matta 5?

    Talauci cikin ruhu
    baƙin ciki
    masu tawali'u
    adalci
    mai rahama
    masu son zaman lafiya
    tsananta

Yi nazarin kuma rubuta ma'anar Girkanci don waɗannan kalmomin

    mulkin sama

sanyaya zuciya
gaji duniya
cike
sami rahama
tsarkakakke a cikin zuciya
zai ga God
'ya'yan God
Don adalci

Ta yaya wannan nassi ya shafi "halaye"?

Jarumai suna cewa mu ne hasken duniya – yaya kake ganin kanka a matsayin haske a duniyar nan?

Ta yaya kuke "ba da haske" ga dukan waɗanda suke cikin gidan?

Karanta nassosi da ke ƙasa ka amsa tambayoyin tattaunawar.

Matta 5:

17 "Kada ku yi zaton na zo ne in shafe Attaura da koyarwar annabawa. Na zo ne ba domin in shafe su ba, sai dai domin in cika su.

18 Hakika ina gaya muku, kafin sararin sama da ƙasa su shuɗe, ko wasali ko ɗigo na Attaura ba za su shuɗe ba, sai an cika dukan kome.

19 Don haka duk wanda ya yar da umarni ɗaya mafi ƙanƙanta daga cikin umarnan nan, har ya koya wa mutane haka, za a ce da shi mafi ƙanƙanta a Mulkin Sama. Duk wanda ya bi su kuwa, har ya koyar da su, za a ce da shi mai girma a Mulkin Sama.

20 Ina dai gaya muku, in adalcinku bai fi na malaman Attaura da Farisiyawa ba, ba za ku shiga Mulkin Sama ba faufau."

Koyarwar Yesu a kan Fushi

. . .

21 "Kun dai ji an fa! a wa mutanen dā, 'Kada ka yi kisankai, kowa ya yi kisa kuwa, za a hukunta shi.'

22 Amma ni ina gaya muku, kowa yake fushi da ɗan'uwansa ma, za a hukunta shi. Kowa ya ce da ɗan'uwansa wawa, za a kai shi gaban majalisa. Kowa kuma ya ce, 'Kai wofi!' hakkinsa shiga Gidan Wuta.

23 Saboda haka, in kana cikin miƙa sadakarka a kan bagadin hadaya, a nan kuma ka tuna ɗan'uwanka na da wata magana game da kai,

24 sai ka dakatar da sadakarka a gaban bagadin hadaya tukuna, ka je ku shirya da ɗan'uwanka, sa'an nan ka zo ka miƙa sadakarka.

25 Ka hanzarta shiryawa da mai ƙararka tun kuna tafiya gaban shari'a, don kada mai kararka ya bashe ka ga alƙali, alƙali kuma ya miƙa ka ga dogari, a kuma jefa ka a kurkuku.

26 Hakika ina gaya maka, ba za ka fita daga nan ba, sai ka biya duk, babu sauran ko anini."

Koyarwar Yesu a kan Zina

27 "Kun dai ji an fa! a, 'Kada ka yi zina.'

28 Amma ni ina gaya muku, kowa ya dubi mace duban sha'awa, ya riga ya yi zinar zuci ke nan da ita.

Shin kun san:

"Kasa da ɗaya daga cikin goma na Kiristocin Ikklesiyoyin bishara sun tabbatar da cewa zina, luwadi da madigo, batsa, lalata, maye da zubar da ciki halaye ne na ɗabi'a."

Binciken Barna, Nuwamba 2003

Zuwa ga cocin da ke Thyatira: "Duk da haka, ina da 'yan abubuwa kaɗan game da kai, saboda ka wahala matar nan, Yezebel, wadda take kiran kanta annabiya, don ta koya wa bayina su yi lalata, su kuma ci abubuwan da aka yanka wa gumaka." Wahayi 2:20

Ba shi da yawa game da abin da kowa yake yi; ya fi game da abin da nake yi. Ta yaya nassosi masu zuwa ke nuna mana wannan gaskiyar ta Baibul?

Ta yaya ni da ku duka muke aikatawa kuma muke koyar da

waɗannan dokokin?

Karanta aya ta 27-28 Yau ce ranar da za ta binciki zukatanmu.

Yaya kake ganin kanka kana taimaka wa ikilisiyarku ta yi tafiya cikin tsarki a waɗannan

yankunan? Wani lokaci mukan faɗi abubuwa da yawa ... shin muna faɗin abin da muke nufi da abin da muke faɗa? Shin abin da muke fada yana nufin? Mat 5:44 Amma ni ina gaya muku, ku ƙaunaci magabtanku, ku albarkaci waɗanda suke la'antar ku, ku kyautata wa maƙiyanku, ku yi musu addu'a saboda waɗanda suke cutar da ku, suke tsananta muku;

A yau mutane da yawa sun ƙi mu ko sun ƙi haƙuri da mu. Ta yaya zamu iya nuna ayar da ke sama a rayuwarmu ta yau da kullun?

Mat 5:46 Gama idan kuna kaunar wadanda suke kaunarku, wane lada kuke da shi?

Shin ko da masu karɓar haraji ba ɗaya suke ba?

Akwai sauki mantua...

Mat 5:47 Idan kuma kuna gai da 'yan'uwanku kaɗai, me kuka fi su? Ba ma masu karɓar haraji haka ba?

Akwai sauki mantua ... Musamman idan muna tunanin mu wani ne, fasto, shugaba...

Mat 5:48 Saboda haka ku zama cikakku, kamar yadda Ubanku na sama yake cikakke.

Akwai sauƙin manta burinmu ...... zama kamar Yesu a duk abin da muke yi.

BINCIKEN: HALI KO TSAYI

1. Me yasa Yesu ya bamu dabaru?
    a. Ya so rayuwarmu ta kasance mai wahala
    b. God yana koya mana muyi halin kirki.
    c. Ya so mu sami wasu ayoyi da za mu haddace

2. Yana da wahala 'yan Adam su kasance da halayen da suka dace.
    a. T (Gaskiya ne)
    b. F (Ƙarya ne)

3. Wace hanya ce kawai za mu sami halaye masu kyau?
    a. Ka ci gaba da yin nazarin Littafi Mai Tsarki
    b. Azumi da ladabtar da kanmu
    c. Tambayi God don kaunar Yesu a cikin Zukatanmu
    d. Duk waɗannan

. . .

4. KAUNAR MUTUM TA ISA TA SAMI ALHERI GA DUKKAN mutane
    a. T (Gaskiya ne)
    b. F (Ƙarya ne)

5. GA WA YA KAMATA MU NUNA KAUNAR GOD?
    a. Yan gidan mu
    b. Our friends
    c. Makiyanmu
    d. Mutanen da ke cocinmu waɗanda ba mu san su ba
    e. Duk waɗannan

6. TA YAYA WANNAN NASSI YA SHAFI "HALAYE"?
    a. Yana nuna min yadda wasu suke bukatar muyi da ni
    b. Ba shi da mahimmanci
    c. Ni shugaba ne kuma bana bukatar wannan rubutun
    d. Yana nuna min inda nake bukatar canzawa

7. TA YAYA KUKE "BADA HASKE" GA DUK WAꞮ ANDA SUKE cikin gidan? (Zaɓi aƙalla 4)
    a. Ina rokon God yadda zan so wasu
    b. Nakan fadawa wasu nassosi koda basa son jin su
    c. Ina magana da wasu game da abubuwan da suka shafe su
    d. Ina gaya wa wasu game da Yesu
    e. Ina gwagwarmayar neman 'yanci na da kuma gata na
    f. Ina gayyatar wasu zuwa coci
    g. Ina shawo kan wasu ra'ayi na na siyasa

h.Ina ba da kayan masarufi ga wadanda ba su da abinci

8."Duk da cewa ina da 'yan abubuwa a kan ka, domin ka bar matar nan Jezebel, wacce ke kiran kanta annabiya, ga _____ da _____ _____ _____ su aikata _____, da cin abubuwan da aka yanka wa gumaka." Wahayin 2:20

9.Albarkar ta koya mana mu nuna kaunar God ga wadanda basu jure mana a rayuwarmu ta yau da kullun.
   a.T
   b.F

CHAPTER 3

UBANGIJI, KA KIYAYE MANA SALAMA

Ishaya 26: 12 Kai za ka wadata mu, ya Ubangiji, Duk abin da muka iya yi daga gare ka ne.

13 Ya Ubangiji Allahnmu, wadansu sun mallake mu, Amma kai kadai ne Ubangijinmu.

14 Yanzu kuwa sun mutu, ba za su ƙara rayuwa ba, Kurwarsu ba za ta tashi ba, Domin ka hukunta su, ka hallaka su. Ba wanda zai ƙara tunawa da su.

"Ubangiji, za ka sanya mana salama ..." Me yasa ya fadi haka? Ya fadi hakan ne saboda yadda ya so, yana so gare mu ne - amma ya rage namu mu karɓa. Ya ce, "Ina so ka sami zaman lafiya." Idan har ya tsara mana salama, to lallai ne mu karɓi wannan salamar. Ya kuma aikata - wanda shine ƙirƙira ko tsara dukkan ayyukanmu a cikinmu... duk abin da muke shine zai iya sanya mu.

Ba nufinmu bane yake bamu ikon samun zaman lafiya - za mu iya samun sa ne kawai idan za mu iya karɓa. Idan muka damu maimakon mu yarda da salamarsa, to ba za mu sami salama ba. Sauran iyayengiji sun hana mu wannan zaman lafiya. Yesu ya ce, "Salama na ba ku" amma idan ba mu karɓa ba - ta yaya za mu samu. Idan kana da wasu iyayengiji a rayuwar ka ba zaka sami nutsuwa a rayuwar ka ba.

Kafin mu sami salamar God, dole ne mu tsabtace gida ta hanyar yarda da sauran iyayengiji sannan kuma ta hanyar watsi da su. "Ya Ubangiji Allahnmu, sauran iyayengiji sun mallake mu, amma da kai kaɗai za mu ambaci sunanka." Ba za mu sake ambaton waɗancan shugabannin ba, za mu yi watsi da su za mu ayyana a hukumance cewa mun yi watsi da su. Kuma sannan ... ba mu sake ambaton su.

God ya ce, "Sun mutu, ba za su rayu ba; sun mutu, ba za su tashi ba: Don haka ka lura da su, ka hallakar da su, Ka lalatar da kowane tunaninsu." God ya ɗauki waɗancan tsoffin iyayengiji ya hallaka su! Idan kawai za mu ƙyale Yesu ya ɗauki waɗancan iyayengiji ya hallaka su God zai sa ƙwaƙwalwar su ta lalace – ba za mu ƙara tuna da munanan abubuwa ba. Zamu sami salamarsa. Zai canza rayuwarmu ya bamu zaman lafiyarsa. Yesu yace wa hadari "Salama!" Ruhu Mai Tsarki ya ba da salamarsa ta wurin almajirai lokacin da suke yi wa mutane hidima. Idan mutane suka karbi maganarsu, to zaman lafiya ya kasance. Idan mutanen sun ƙi maganarsu, to Yesu ya ce, "Ku ke girgiza ƙurar ƙafafunku." (Matta 10:13.14)

Yesu ya bamu wannan zaman lafiya a yau. Dole ne mutane su karbi gaskiya domin rayuwarsu ta canza, idan suka ƙi gaskiya, ba za su sake samun zaman lafiya ba. Idan ka rasa kwanciyar hankali, ka tambayi kanka ina kake lokacin da ka rasa ta? Me kake yi? Me God ya ce ka yi?

Koma zuwa wurin kuma sake samun salamarku. God says, I give you my peace, not as the world gives. Kada zuciyarka ta damu, ka dogara gare ni, domin ni ne hasken duniya.

Idan kana wane wuri kuma baka jin salamar God – ka tsaya kuma ka roki God me ya faru? Yi biyayya ga God, ba ka son zama inda God baya ciki. Dole ne mu sami cikakken zaman lafiya don ci gaba da yin abin da God yake so mu yi. Idan muna da gaskiya da yaudara - muna da rudani. Ta yaya za mu san abin da ya kamata mu yi? Ta yaya za mu ja-goranci wasu?

Su Ikklisiya sun fahimci cewa zamu iya cika da cikakkiyar salamarsa? Duniya tana son hanyarsu, amma Yesu yana so mu zo ga haske. Idan wasu sun ƙi gaskiya za a yaudare su, amma za mu tsaya tare da ƙarfin zuciya kuma za mu sami cikakken salamarsa.

Wani lokacin idan shaidan yayi mana magana, yakanyi kokarin sanya mana shakku; kar ku saurare shi! Ka gaya masa, "Ba za ka ƙara rayuwa a cikina ba!" Ba kwa buƙatar yin jayayya da shaidan, ba kwa buƙatar jin tsoro. Maganar God tana cikin mu kuma shine ya hana mu jin tsoro. Babu wata doka da ta hana gaskiya, soyayya da salama: babu wanda kuma babu wata doka da zata iya karba daga gare ku. Lokacin da muka gaskanta da maganar God to shaidan ba zai iya yin wani tasiri a kanmu ba. Gwaji zai zo kuma wannan shine lokacin da dole ne mu tsaya akan maganar God. Zai yi amfani da gwajin don ya ƙarfafa mu. Lokacin da aka gwada Yesu, ya ce, "An rubuta." Ya kasance mai nasara akan abokan gaba kuma haka ma muna saboda munyi imani da gaskiyar sa.

God ya tsara mana zaman lafiya, ya dauke mu, mun

tsaya kan gaskiya, kuma yanzu God zai iya amfani da mu mu taimaki wani.

Ya Ubangiji Allahnmu, da kai kadai za mu ambaci sunanka - tsoffin shugabannin sun mutu - idan sun mutu, sun mutu. Idan muka yi kokarin tona abubuwan da suka gabata, to muna tono gawawwaki ne. Sun tafi. Yayinda muka yarda God ya dauki salamarsa cikakke a cikinmu, **tsohon iyayengiji baya rayuwa.** Ya wajabta shi, Yana son sa kuma ya nufe shi da mu. Duk abin da ke cikin nufinsa naka ne - me za ka yi da shi?

A ina muke samun gaskiya? Daga maganarsa. Ta yaya kuka san kana da gaskiya? Yesu ya ce, "Ni ne hanya gaskiya da haske." Shi ne Hanya dawo da Uba. Babu wata hanyar kuma. A sabuwar haihuwa **Sarkin Salama ya zo ya zauna a cikinmu.** Idan mun furta zunubinmu, zai gafarta mana ya ba mu salamarsa, da ransa, da ƙaunarsa kuma ya cika mu da haskensa. Sannan muna gane zunubanmu sun tafi kuma cikakkiyar zaman lafiya tana nan. Rubutacciyar maganarsa dole ta zama mai ƙarfi a cikinmu! Yesu shine Kalma Mai Rai a cikin mu.

God yana so ya yi amfani da ku don taimakon wasu. Bayan Ya kawo wannan kwanciyar hankali a rayuwar ku. Yana so ya yi amfani da ku azaman haske a wannan duniyar don wasu.

Fahimci buƙatar da suke da ita, yankin rayuwar su wanda ba shi da zaman lafiya. Bari su karanta Ishaya 26 kuma su sani cewa wannan nufin allah ne a gare su. Cewa Yesu ya mutu kuma ya tashi, domin su sami salama da rai madawwami. Yi addu'a tare da su tare da gaskantawa don wannan mu'ujiza mai ban sha'awa a cikin tunaninsu, motsin zuciyar su da ruhun su. God zai warkar da lalacewar su kuma zai ziyarci wuraren azabar kuma ya kawo salama. Zai nuna musu yadda zai ba shi damar sanya su cikin mata ko maza na God. Nuna musu su karanta maganarsa kuma su san shi. Karfafa musu gwiwa su guji zuwa wasu wurare ko yin abubuwan da waɗancan tsoffin shugabannin suka yi iko da su.

Wannan wani abu ne da God yayi, **God ne kaɗai zai iya kawo irin wannan zaman lafiya,** zaman lafiya wanda ya wuce fahimta. Ba za mu iya ceton wani daga azaba shi kaɗai zai iya. Kuma idan ya aikata, abin mamaki! babban farin ciki! an 'yanta mu.

God yana nufin salama a gare ku, yana son sa a gare ku ... shin kuna shirye ku karɓi salamar sa yanzu?

An ɗauko daga saƙon "Ishaya 26" ta Rev. Agnes I. Numer

DUBAWA: UBANGIJI, KA KIYAYE MANA SALAMA

1. Muna da ikon samun zaman lafiya da kanmu
   a. T
   b. F

2. God ya bamu hamyar salamar mu ta:
   a. Damuwa da ita
   b. Harderoƙarin ƙoƙari don samun shi
   c. Karɓar salamar da yake bamu

3. Don samun zaman lafiya dole ne mu rabu da sauran iyayengiji ta:
   a. Sabunta su
   b. Ba su sanarwar fitar da su a hukumance
   c. Yin kokawa tare dasu har zuwa wayewar gari

. . .

4. **Domin rayuwarmu ta canza dole ne mu**
   a. Kara karanta yadda ake yin littattafai
   b. Sau da yawa za a ci nasara
   c. Karbagaskiya

   5. Ba mu bukatar mu ji tsoron shaidan saboda
   a. Mun san hukuncinsa na gaba
   b. Maganar God tana cikin mu kuma shine ya hana mu jin tsoro
   c. Muna da gicciye a wuyanmu

   6. Da zarar God ya dauke mu, kuma mun sami nasara zamu iya taimakon wani
   a. T
   b. F

7. **Gwaji zai zo ya sanya mu rauni**
   a. T
   b. F

8. **Tsoffin Iyayengiji sun mutu; sun mutu kuma ba za su iya sake shafe mu ba sai dai**
   a. Mun yi zunubi ta wata hanya
   b. Muna yin tsayi da yawa a lokaci guda
   c. Mun tono abubuwan da suka gabata

   9. Zamu iya taimakon wasu mutane ta hanyar sanar dasu cewa God yana so su sami zaman lafiya
   a. T
   b. F

. . .

10. Zamu iya tseratar da wani daga azaba, kuma zamu iya ba shi wannan kwanciyar hankali
   a. T
   b. F

CHAPTER 4

YAKIN RUHANIYA

YA! IN RUHANIYA KOYAUSHE yana kama da wani abu da muke yi. Amma God ne yake yin ta wurin mu, idan God baya yi, bai kamata mu ma mu zama ba. God ya zo ya 'yanta fursunoni. Yana son mutanensa su sami 'yanci fiye da yadda muke yi.

Yayin wannan karatun karatun ku nemi shi domin shiriyar sa ta God - wanda yake son taimakawa da kuma tausayin sa ga wadanda suka karye. Ka tuna kawai muna son yin abin da ka ga God yana yi. Hakanan yana da kyau kada muyi kokarin yin Yakin Ruhaniya shi kadai, ka sami wani tare da kai wanda ya kasance gogaggen mayaki.

Yakin ba namu bane; na God ne.

Kyaftin na Mai gida

Joshuwa 5:13-15 Sa'ad da Joshuwa yake kusa da Yariko, ya daga idanunsa ya duba, sai ga wani mutum a tsaye kusa da shi da takobi a zare a hannunsa.: Joshuwa kuwa ya tafi wurinsa, ya ce masa, 'Kana tare da mu ne, ko kuwa don abokan gābanmu?' 14 Sai ya ce, A'a; amma a matsayin shugaban rundunar Ubangiji ni, yanzu na zo. Sai

Joshuwa ya sunkuyar da kansa ƙasa, ya yi sujada, ya ce masa, "Me ubangijina ya faɗa wa bawansa?" 15 15 Shugaban rundunar Ubangiji ya ce wa Joshuwa, "Ka kwance takalminka daga ƙafarka. gama wurin da zaka tsaya tsattsarka ne. Haka kuwa Joshuwa ya yi.

God baya tare da mu - muna tare da shi. A cikin rayuwarmu ta yau da kullun nemi canje-canjen da God yake sha'awar yi. Ba yadda muke so mu canza abokinmu ko abokin aurenmu ba. Lokacin da muka fuskanci tsananin buƙata na Yaƙin Ruhaniya, za mu tuna cewa God yana ƙaunar wannan mutumin fiye da yadda za mu iya - da yawa ya aiko Hisansa ya mutu ya zama domin su. Dole ne mu bar God ya yi yaƙin.

MAKULLIN UKWU NA YAƘIN RUHANIYA:
Ba ta da karfi ko iko ba ta iko ba amma da Ruhuna
Zakariya 4:6 Sa'an nan ya ce, "Wannan ita ce maganar Ubangiji zuwa ga Zarubabel cewa, 'Ba da ƙarfi, ko iko ba, amma da Ruhuna,' in ji Ubangiji Mai Runduna

YESU YA YI ABIN DA YA GA UBANSA YANA YI:

YAHAYA 5:19 SAI YESU YA AMSA MUSU YA CE, "LALLE hakika, ina gaya muku, Ɗan ba ya yin kome shi kaɗai, sai abin da ya ga Uba yana yi. Domin duk abin da Uban yake yi, haka shi Ɗan ma yake yi..

Jinin Yesu - ya biya duka.
Ana iya ganin ɗayan fim mafi tsananin yakin da Yesu

yayi a fim din Passion of Christ. A cikin duk abin tsoro na gani; Mun ga an yi wa Kristi bulala, an buge shi an rataye shi a kan gicciye, dole ne mu gane cewa tsananin abin da Yesu ya fuskanta ya fi yadda za a iya nuna shi ta fim.

Yesu ya biya bashin don ɗaukar iko akan shaidan. Muna shiga ne kawai kuma muna tafiya cikin ikonsa.

Bari Mu Duba - Kyaftin na Mai watsa shiri Jarumi

God yana ba da damar halaye a rayuwarmu ba su hallaka mu ba amma don koya mana da ƙarfafa mu.

Koyar da hannuwana don yaƙi - Zabura 18:31-40

Ubangiji shi kaɗai ne God, God ne kaɗai kāriyamu. 32 Shi ne Allahn da yake ƙarfafa ni,

Yana kiyaye lafiyata a kan hanya. 33 Yana sa in tabbata lafiya nake tafiya, kamar barewa.

Yana kiyaye ni lafiya a kan duwatsu. 34 Yakan horar da ni don yaƙi, Domin in iya amfani da baka mafi ƙarfi. 35 Ya Ubangiji ka kiyaye ni, ka cece ni, Na zama babban mutum saboda kana lura da ni, Ikonka kuma ya kiyaye lafiyata. 36 Ka tsare ni, ba a kama ni ba,

Ban kuwa taɓa fāɗuwa ba. 37 Na kori magabtana, har na kama su,

Ba zan tsaya ba, sai na yi nasara da su. 38 Zan buge su har ƙasa, ba kuwa za su tashi ba,

Za su fāɗi ƙarƙashin ƙafafuna. 39 Kakan ba ni ƙarfin yin yaƙi,

Kakan ba ni nasara a kan magabtana. 40 Ka kori magabtana daga gare ni,

Zan hallaka waɗanda suke ƙina. Dubi 2 Sama'ila 22:35.

Zabura Dawuda. 1 1 Yabo ya tabbata ga Yahweh, ƙarfina, wanda yake **koya wa hannuwana yaƙi, Yatsuna** kuma na yaƙi: 2 Kyakkyawata, da kuma na kagara; babban hasumiyata, da Mai Cetona. Garkana, da wanda na dogara gare shi; Wanda ya keɓe jama'ata a ƙarƙashina. Zabura 144:1, 2

(Gama makaman yakinmu ba na jiki ba ne, amma suna da karfi ta wurin God don rurrushe wurare masu karfi;) Korintiyawa na biyu 10:4

Mutane sun ce mani suna sanya kayan yakin God kowace rana. Nace musu "Ban taba cirewa ba." Lokacin dare gwagwarmaya ce ga mutane da yawa. Theamarar God daidai take da ɗauka a kan Ubangiji Yesu Kristi. Kun sa shi kuma ba ku dauke shi ba. Akwai takamaiman lokuta da muke komawa zuwa ga sulken - kuma mu gane amfani da shi. Tabbatar da cewa hankalinmu ya kare kuma kada mu bude kofa ta hanyar karya ko wasu zunubai.

Makamin God

"10 A ƙarshe kuma, ku ƙarfafa ga Ubangiji, ga ƙarfin ikonsa.11 Ku yi ɗamara da dukan makamai na God, don ku iya dagewa gāba da kissoshin Iblis.12 Ai, famarmu ba da;yan adam muke yi ba, amma da mugayen ruhohi ne na sararin sama, masarauta, masu iko, da waɗanda ragamar mulkin zamanin nan mai duhu take hannunsu.13 Saboda haka, sai ku ɗauki dukan makamai na God, domin ku iya dagewa a muguwar ranar nan, bayan kuma kun gama kome duka, ku dage.14 Saboda haka fa ku dage, gaskiya ta zama ɗamararku, adalci ya zama sulkenku,15 shirin kai bisharar salama ya zama kamar takalmi a ƙafafunku.16 Banda waɗannan kuma, ku ɗauki garkuwar bangaskiya, wadda za ku iya kashe dukan kiban wutar Mugun nan da ita.17 Ku kuma ɗauki kwalkwalin ceto, da takobin Ruhu, wato Maganar God,

18 a koyaushe kuna addu'a da roƙo ta wurin ikon Ruhu ba fāsawa. A kan wannan manufa ku tsaya da kaifinku da matuƙar naci, kuna yi wa dukan tsarkaka addu'a;" Afisawa 6:10-18

Yakin na Ubangiji ne - ba namu bane.

Idan kun je sansanin sojoji kuna amfani da makamansu - ba wai yana nufin kun kasance cikin sojojin bane. Idan kana cikin sojoji abinda za a fara bayyanawa shine biyayya ga waccan kasar, gwamnati da hafsoshi wadanda ke horar da kai. Kawai saboda mutane "suna annabci, suna fitar da aljannu, suna aikata ayyuka na ban mamaki" ba yana nufin suna aikata abin da God ya nuna musu suyi bane. Hakan baya nufin ana tausaya musu ko kuma suna biyayya ga Sarkin Sarakuna.

Matta 7 "Fitar da Aljannu" – Ban taba sanin ku ba.

Ba duk mai ce mini, 'Ya Ubangiji, ya Ubangiji,' ne zai shiga Mulkin Sama ba, sai dai wanda ya yi abin da Ubana da yake cikin Sama yake so.22 A ranar nan da yawa za su ce mini, 'Ya Ubangiji, ya Ubangiji, ashe, ba mu yi annabci da sunanka ba? Ba mu fitar da aljannu da sunanka ba? Ba mu kuma yi ayyukan al'ajabi masu yawa da sunanka ba?' 23 Sa'an nan zan ce musu, 'Ni ban taɓa saninku ba. Ku rabu da ni, ku masu yin mugun aiki.' "Kafa Harsashin Gini Iri Biyu. Matthew 7:21-23

God yana horar da mayaƙa don Mulkinsa waɗanda zasu san ko wanene shi; bi umarnin sa kuma waanda ke motsawa da Kaunarsa. Sannan, idan muka haɗu da shi, zai ce barka da gida bawana mai aminci.Turn with me to

Tarihi na biyu 20

Yehoshafat yana da babbar matsala. Abokan gaba zasu rusa mulkinsa. Runduna uku - idan kuna so, ana kan hanyarsa da tunani ɗaya. Halaka! Bari mu ga irin matakan da Yehoshafat ya ɗauka.

Yehoshafat ya yi azumin, ya kuma nemi Ubangiji

1 Bayan wannan sai mutanen Mowab, da mutanen Ammon, tare da waɗansu daga cikin Me'uniyawa, suka zo su yi yaƙi da Yehoshafat. 2 Sai waɗansu mutane suka zo suka faɗa wa Yehoshafat cewa, "Mutane masu yawan gaske suna zuwa su yi yaƙi da kai daga Edom, da kuma teku, har sun iso Hazazon-tamar," wato En-gedi. 3 Sai Yehoshafat ya ji tsoro ya himmatu ga neman Ubangiji, ya kuma sa a yi shela, a yi azumi a dukan Yahuza. 4 Yahuza suka tattaru don su nemi taimako daga wurin Ubangiji. Daga cikin dukan biranen Yahuza, mutane suka zo don su nemi Ubangiji.

Amsar God ga Yehoshafat

2 Tarihi 20:15 Sai Yahaziyel ya ce, "Ku ji, ku dukanku, mutanen Yahuza, da mazaunan Urushalima, da sarki Yehoshafat, ga abin da Ubangiji yake faɗa muku, 'Kada ku ji tsoro, ko ku razana saboda wannan babban taro, gama wannan yaƙi ba naku ba ne, amma na God ne.

Lokacin da God ya amsa wa Yehoshafat, sai ya yi masa sujada.

18 Yehoshafat fa ya sunkuyar da kansa ƙasa, dukan Yahuza da mazaunan Urushalima kuma suka fāɗi ƙasa a gaban Ubangiji, suna masa sujada. 19 Sai Lawiyawa daga Kohatawa da Koratiyawa suka tashi tsaye suka yabi Ubangiji God na Isra'ila da babbar murya.

Yehoshafat ya tashi da sassafe ya yi wa God biyayya

20 Sai suka tashi da sassafe suka tafi jejin Tekowa. Sa'ad da suka fita sai Yehoshafat ya tsaya, ya ce, "Ku

saurara gare ni, ku mutanen Yahuza da mazaunan Urushalima. Ku gaskata da Ubangiji Allahnku, za ku kahu. Ku gaskata annabawansa, za ku ci nasara.

Yehoshafat ya sa mawaƙa da masu raye-raye a gaba don yabon God

21 Sa'ad da ya yi shawara da jama'a, sai ya zaɓi waɗanda za su raira waƙa ga Ubangiji, su yabe shi a natse sa'ad da suke tafe a gaban runduna, su ce,"Ku yi godiya ga Ubangiji,

Saboda madawwamiyar ƙaunarsa.Tabbatacciya ce har abada. 22 Sa'ad da suka fara raira waƙa, suna yabo, sai Ubangiji ya sa wa mutanen Ammon, da na Mowab, da na Dutsen Seyir,;yan kwanto,;yan kwanton kuwa suka fatattake su.

Yehoshafat ya tattara ganimar.

25 Sa'ad da Yehoshafat da jama'arsa suka je kwasar ganima, sai suka sami shanu masu yawan gaske, da kayayyaki, da tufafi, da abubuwa masu daraja, waɗanda suka yi ta kwasa har suka gaji. Kwana uku suka yi suna ta kwasar ganimar saboda yawanta.

Yehoshafat ya mai da hankali na musamman don ya gode wa God saboda sa hannun da ya yi.

26 Sai suka taru a kwarin Beraka, wato albarka, a rana ta huɗu, a nan suka yabi Ubangiji. Don haka har wa yau ake kiran wurin, "Kwarin Beraka. 27 Sai kowane mutumin Yahuza da na Urushalima, tare da Yehoshafat shugabansu, suka koma Urushalima suna murna, gama Ubangiji ya sa su yi farin ciki saboda maƙiyansu. 28 Suka shigo Urushalima da molaye da garayu, da ƙaho zuwa Haikalin Ubangiji. 29 Tsoron Ubangiji kuwa ya kama dukan

mulkokin ƙasashe sa'ad da suka ji Ubangiji ya yi yaƙi da maƙiyan Isra'ilawa.

Kasancewar God - mafakar ka - Mabudin ka More Keys:

•Ba za ku iya ba da abin da ba ku da shi ba

• Idan God bai ba ku shugabanci ba - to, kada ku matsa cikin zaton.

• Babu Tsoro - Kada a ba da tsoro

• Kada a mai da hankali akan makiya.

Mayar da hankali ga abin da God yake yi kuma yana cewa - a yanzu. Menene babbar bukatar wannan mutumin? "God yaya zamu yi addu'a a wannan halin? Mece ce alkiblarku? " Kada ku ba wurin damuwa da tsoro. Bincika Maganar God don sanin abin da kalmarsa ta ce game da halin da ake ciki.

Kodayake muna neman kuma muna jiran God don shiryarwarsa ba yana nufin cewa ba komai muke yi ba - idan kuna buƙatar aiki, ku tashi da sassafe ku yi addu'a, ku tsabtace kanku ku tafi neman aiki. A cikin soja soja yana shirya makamansa kuma yana jiran umarninsa. Yi abin da ka san ya kamata ka yi kuma ka jira God.

Yaƙe-yaƙe a cikin kiɗa – Menene Jehoshaphat ya yi?

Yabo da sujada babbar mabudi ce. God yana cikin yabon mutanensa kuma idan muna yiwa wani aiki ko kuma muna gwagwarmaya don rayukanmu, muna buƙatar kasancewar sa. Yaba ministocin God da masu yi mana hidima suma.

Je 2 x 2

Yayin addu'ar kubutarwa ga wani, shawara, ko yi musu hidima - ɗauki wani tare. Idan ka samu matsayin da dole ne ka yi wa'azi ko nasiha ga wani jinsi ka kiyaye zuciyarka a gaban God ka dauki wani tare da kai. Kada ku kasance tare da su har ku manta da taimaka musu. Zai fi kyau maza su yi wa maza hidima mata kuma ga mata.

Sai ya kira sha biyun nan, ya fara aike su biyu da biyu; kuma ya basu iko akan mugayen ruhohi Matta 6: 7

Kar a fitar da kai cikin Fushi, Girman kai ko Girman kai

Ba za ku iya fitar da zunubi da zunubi ba. Fushi, Girman kai da Girman kai zunubi ne.

Don kawai ya bata maka rai bawai yana nufin ruhi bane ko kuma yana damun God.

Na ji mutane suna cewa "Na ɗaure ku da sunan Yesu" yayin da suke magana da matansu ko abokinsu saboda mutumin ba ya yin abin da suke so. Wannan ba game da mu bane! Labari ne game da ofaunar God da ake nuna wa duniya, domin su san shi! Shin muna yin addu'a da azumi ne don bukatun kanmu ko don cetonsu?

Ka kiyaye zuciyarka

Zuciyar mutane tana da yawa a waɗannan lokutan, dole ne mu mai da hankali cewa wannan ba game da mu bane, game da tsarkakakkiyar ƙaunar God ake nunawa ga wannan mutumin, don a warkar da su kuma a mai da su cikakku.

Ka kiyaye zuciyarka da dukkan himma; Domin daga gare ta ne lamuran rayuwa suke. Misalai 4:23

Don haka duk wanda yake tsammani ya tsaya, to, ya kula fa, kada ya faɗi. I Korintiyawa 10:12

Tsuntsu na iya tashi sama amma kada ka bari su sauka a kanka.

Tunani, tunani, tunani ... Da zarar mun sami yanci kuma kamar yadda muke aiki tare da wasu, wani tunani da zai zo zuciyar ka ba yana nufin cewa "shaidan ne" ko kuwa mun sha kashi ne. Lokacin da tunanin da ba daidai ba ya zo, kada ka ɗauka su kuma ka zauna a kansu. Ba ma bukatar mu la'anci kanmu saboda wani tunani ya zo cikin zuciyarmu. Zai canza rayuwarmu da hankulanmu yayin da muke nemansa kuma muka barshi.

Sa'an nan zan yayyafa muku ruwa mai tsabta, za ku kuwa tsarkaka: Zan tsarkake ku daga ƙazantarku, da dukan gumakanku. Ezekiyel 36:25

Domin ya tsarkake shi ya kuma tsarkake shi da wankan ruwa ta wurin kalma, 27 Don ya gabatar da kansa ga kansa ikklisiya mai ɗaukaka, ba ta da tabo, ko taƙama, ko wani abu makamancin haka; amma ya zama tsarkakakke marar aibi. Afisawa 5: 26-27

Bari Mu Duba – Jarumi

Abokin gaba

Yesu, na sani, Bulus na sani, amma kai wanene?

Sai mugun ruhun ya amsa ya ce, Yesu na san shi, na san Bulus kuma; amma ku waye? Ayukan Manzanni 19:15

Magabcin God yana da ƙarfi da ƙarfi; ba za a yi wasa da shi ba.

Ta yaya ka faɗo daga sama, ya Lucifer, ɗan safiya! [Yaya] aka sare ka har ƙasa, wanda ya raunana al'ummai! Ishaya 14:12

Abokan gaba sun ƙi jinin God. Yana ƙin mu saboda an kafa mu cikin surar God kuma muna tunatar da shi game da God.

Ubangiji God kuma ya ce wa macijin, "Tun da ka aikata wannan, la'anannu ne kai bisa kowane irin dabbobi, da kowane dabba na saura. A kan cikinka za ka tafi, turɓaya za ka ci muddin rayuwarka. 15 Zan sa ƙiyayya tsakaninka da matar, da tsakanin zuriyarka da zuriyarta; shi za ya ƙuje kanka, kai kuma za ka ƙuje duddugensa. Farawa 3:14, 15

Dabi'ar Jiki: Duk abin da muke kafin Kristi, duk abin da muka gada daga Adamu, duk abin da ke aiki akan JININ Adamu.

Dabi'armu ta jiki - duk yadda muka sanya ta ko sutturar da ita ba ta da iko idan ya zo ga abubuwa na ruhaniya. Kuma bashi da iko akan makiyin God. Fatanmu da isarfinmu shine:

Yesu ya biya bashin don ɗaukar iko akan shaidan.

Mun shiga cikin tafiya cikin ikonsa.

3 Ko da yake a cikin jiki muke tafiya, famarmu ba irin na mutuntaka ba ne. 4 Don kuwa makamanmu na fama ba na mutuntaka ba ne, na ikon God ne, masu rushe maƙamai masu ƙarfi.

5 Muna ka da masu hujjoji a cikin zace-zacensu, muna rushe kowace ganuwar alfarma mai tare sanin God, muna kuma jan hankalin kowa ga bautar Almasihu. II Korintiyawa 10: 3-5

Kada ku ba wa shaidan wuri

Ana aiwatar da Yaƙin Ruhaniya ta wurin ikon Yesu Kristi. Ba za mu iya fitar da zunubi da zunubi ba. Wannan nassin yana gaya mana yadda ba za a ba shaidan wuri ba:

22 Ku yar da halinku na dā, wanda dā kuke a ciki, wanda yake lalacewa saboda sha'awoyinsa na yaudara,

23 ku kuma sabunta ra'ayin hankalinku,

24 ku ɗauki sabon halin nan da aka halitta bisa ga kamannin God da hakikanin adalci da tsarki.

25 Saboda haka, sai ku watsar da ƙarya, kowa yă riƙa faɗar gaskiya ga maƙwabcinsa, gama mu gaɓoɓin juna ne.

26 In kun husata, kada ku yi zunubi, kada ma fushinku ya kai faɗuwar rana,

27 kada kuma ku bar wa Iblis wata ƙofa.

28 Kada ɓarawo ya ƙara yin sata, a maimakon haka sai ya motsa jiki yana aikin gaskiya da hannunsa, har da zai sami abin da zai ba matalauta.

29 Kada wata alfasha ta fita daga bakinku, sai dai irin maganar da ta kyautu domin ingantawa, a kuma yi ta a kan kari, domin ta sa alheri ga masu jinta.

30 Ku kuma kula, kada fa ku ɓata wa Ruhu Mai Tsarki na God rai, wanda aka hatimce ku da shi, cewa ku nasa ne a ranar fansa.

31 Ku rabu da kowane irin ɗacin rai, da hasala, da fushi, da tankiya, da yanke, da kowace irin ƙeta.

32 Ku yi wa juna kirki, kuna tausayi, kuna yafe wa juna kamar yadda God ya yafe muku ta wurin Almasihu.

Afisawa 4: 22-32

Makamin Makiya na rarrabuwa:

Lokacin da muke horar da ministoci da Fastoci a ƙasashen waje ɗaya daga cikin tambayoyin farko da suka taso shine me yasa lokacin da suka je filin Ofishin Jakadancin zuwa wuri mai duhu, koyaushe suna ƙarewa da faɗa da juna. God yana yin umarni da ni'ima idan akwai hadin kai. Abokan gaban God suna jin daɗin rarrabuwa - daya daga cikin manyan dabarun yaƙi shi ne haifar da rarrabuwa a cikin sansanin abokan gaba - sa su yi faɗa a tsakanin su.

Lokacin da muka ji wannan kasancewar Bangaren ya yi addu'a akanta kuma **ya bar kaunar God ta gudana** ta cikinmu don junanmu kuma ya ƙi amsa ga jiki tare da namanmu.

Makamai na God

13 Saboda haka, sai ku ɗauki dukan makamai na God, domin ku iya dagewa a muguwar ranar nan, bayan kuma kun gama kome duka, ku dage.

14 Saboda haka fa ku dage, gaskiya ta zama ɗamararku, adalci ya zama sulkenku,

15 shirin kai bisharar salama ya zama kamar takalmi a ƙafafunku.

16 Banda waɗannan kuma, ku ɗauki garkuwar bangaskiya, wadda za ku iya kashe dukan kiban wutar Mugun nan da ita.

17 Ku kuma ɗauki kwalkwalin ceto, da takobin Ruhu, wato Maganar God,

18 a koyaushe kuna addu'a da roƙo ta wurin ikon Ruhu ba fāsawa. A kan wannan manufa ku tsaya da kaifinku da matuƙar naci, kuna yi wa dukan tsarkaka addu'a.

Afisawa 6:13-18

14 Amma ku ɗauki halin Ubangiji Yesu Almasihu, kada kuwa ku tanadi halin mutuntaka, don biye wa muguwar sha'awarsa.

Romans 13:14

Lura da yadda aka rufe makamai Kristi lokacin da **muka yafa Ubangiji Yesu Almasihu?** Kanmu ya rufe da Ceto, Baftismar Ruwa ta narke halin Adam a cikin mu. Lokacin da muke tafiya cikin Ruhunsa, muna rufe wuraren bada rayuwarmu da Gaskiya da Adalci?

Lokacin da muka yafa Ubangiji Yesu Almasihu kuma bamuyi tanadi don jiki ba - muna rayuwa tare da makamai sa.

Abokan gaba sun ƙi jinin God. Yana ƙin mu saboda an

kafa mu cikin surar God kuma muna tunatar da shi game da God. Ba mu yarda da abokin gaba ko abin da yake fada ba. Idan muka ganshi, sai muce "Ubangiji me kake so na yi game da wannan halin da mu ake ciki." Za mu fara yi wa mutum addu'a da neman God don ceton mutumin. Sannan idan lokacin sallah yayi, zamu ɗaure waɗancan ikokin zuwa ramin lahira cikin sunan Yesu Kiristi. Muna addu'a da ikon wanda ya biya diyyar.

An Cire daga "sulhu" na Rev.. Agnes I. Numer

Karanta Daniyel sura 10.

Daniyel ya fara yin addu'a, God kuma ya ji shi tun lokacin da ya sa zuciyarsa ga God. Ya ji kuma ya san kukan zuciyar Daniyel. Amma ikoki, mulkoki a sararin sama da suka tsaya sun hana wannan addu'ar zuwa ta wurin God. Dukan abin da Daniyel yake addu'a Ubangiji ya bayyana kansa ga Daniyel. Almasihu ne Daniyel ya gani kuma ya yi masa hidima. Amma ya ce ya ɗauki wannan dogon kwanaki 21 kafin ya ɓace cikin mulkoki da ikoki da ke sama kuma Daniyel ya san cewa God ya ji addu'arsa amma ba zai iya dawo da amsar ba har sai ya yi yaƙin ruhaniya a sama.

Na san ikokin Shaiɗan sun fi wasu birane nauyi. Waɗannan ƙarfi ne waɗanda abokan gaba suka ɗora kan yankunan da za su tsaya a can. Don haka Daniel bai ci komi ba. Ina tsammanin dole ne ya yi azumin waɗannan kwanaki 21. Amma Ubangiji yana so ya san cewa lokacin da ya sa zuciyarsa ga yin addu'a - God ya ji addu'arsa.

Na san wannan gaskiya ne. God ya bamu irin wannan abu mai girma kuma an albarkace mu da Ruhu Mai Tsarki kuma. Mun sami albarka tare da Wanda ya ɗauki wannan addu'ar kuma ya kai wa Uba bisa ga nufin God. Muna masu albarka a yau duk da cewa an jefa mulkoki ƙasa. Yanzu,

Shaidan ba zai iya zuwa sama don ya bayyana abubuwa game da mu ga Uba ba. Wancan abin ta lalace. God ya bamu iko da mulki don saukar da iko da masarautu ta wurin addu'a da roƙo.

Bari Mu Bita – Makiya

Kamammu

Kamammu a cikin wannan ɓangaren na iya zama kowane mutum, maƙwabcinku, mutumin da yake kan titi, danginku; koda kuwa zaka iya zama kamamme.

God bai nufe mu da kamewa ba.

Amma ga kowane ɗayanmu an ba shi alheri bisa ga ma'aunin kyautar Kristi. 8 Saboda haka ya ce, Lokacin da ya hau sama, ya kai kamammu, ya kuma ba mutane kyauta

Afisawa 4: 7, 8

18 Ruhun Ubangiji yana kaina, domin ya shafe ni in yi wa matalauta bishara; ya aike ni don warkar da masu karyayyar zuciya, don yin wa'azin kubuta ga kamammu, da dawo da gani ga makafi, a sa 'yanci ga waɗanda aka raunana, 19 Don yin wa'azin karɓaɓɓiyar shekara ta Ubangiji. Luka 4:18, 19

Tun kafin faduwar Adamu na farko, God yana da shiri ya maido da mutanensa ga kan sa.

Kada kowa ya ce lokacin da aka jarabce shi, Ni God ne ya jarabce: gama God ba za a jarabce shi da mugunta ba, shi kuwa ba ya jarabtar kowa:4 14 Amma kowane mutum yakan jarabtu, sa'anda sha'awarsa ta janye shi, ta yaudare shi. 15 Sa'annan idan sha'awa ta sami ciki, sai ta haifi zunubi: zunubi kuma in ya gama, yakan kawo mutuwa. Yaƙub 1: 13-15

San Ubangiji: Gama dukansu za su san ni, daga ƙarami zuwa babba a cikinsu, in ji Ubangiji: Gama zan gafarta musu laifofinsu, Ba kuwa zan ƙara tunawa da zunubinsu ba. Irmiya 31.34

Zuciyar God tana ci gaba da kasancewa tare da tausayi don mutanensa don su yarda da yanayinsa da gaske - Jini ɗinsa kuma su zauna tare da salamarsa.

Ya Ubangiji, za ka sa mana salama: Gama kai ne ka aikata dukan ayyukanmu a cikinmu.

13 Ya Ubangiji Allahnmu, waɗansu sun mallake mu, Amma kai kaɗai ne Ubangijinmu.

14 Yanzu kuwa sun mutu, ba za su ƙara rayuwa ba, Kurwarsu ba za ta tashi ba, Domin ka hukunta su, ka hallaka su. Ba wanda zai ƙara tunawa da su.

Isaiah 26:12-14

A cikin rayuwarmu God baya son kawai ya hallaka abokan gaba amma ya sa ko da makiyin makiya ya lalace! Wannan shi ne shirin God! Yawancin fursunoni ba su san cewa God yana son su sami salama.

Yesu ya fitar da wani shaidan wanda bebe ne ko kuma kamar yadda muke faɗa a yau bebe - mutumin bai iya magana ba. Lokacin da ya gama mutane suna mamakin yadda wannan zai kasance. Zan iya tunanin tsoro da damuwa - wannan kubutar wani abu ne wanda ba wanda ya taɓa gani a lokacin yesu. Bayan haka, Yesu ya yi amfani da wannan damar ya koyar da darasi game da yaƙin ruhaniya ga waɗanda suke da kunnen ji:

Lokacin da ƙazamin ruhun ya fita daga cikin mutum, sai ya bi ta cikin busassun wurare, yana neman hutawa; Amma bai samu ba, sai ya ce, Zan koma gidana da na fito. 25 In ya zo, sai ya tarar an share shi da ado. 26 Sa'an nan sai ya tafi, ya je da waɗansu mala'iku bakwai da suka fi shi sharri. Suka shiga, suka zauna a ciki: Kuma ƙarshen mutumin nan ya fi na farkon muni. Luka 11: 24-26

An cerauta daga "Ceto cikakke" daga Rev.. Agnes I. Numer:
"Yesu bai ratsa gicciyen kawai don ya yi rabin aiki ba. Ya yi cikakken aiki - mu ne muke yin rabin aiki. God ba zai bar mu mu wuce tare da rabin aiki ba, na sanar da kai haka. Dole ne mu kyale shi ya share gidan mu gaba daya. God ya ba ni hangen nesa lokaci daya na babban gida. Gida ne mai kyau amma ya ƙazantu. Ya ce wannan ita ce yar da kuka kasance a wurina. Ya ce na saye ku kamar yadda kuke yanzu, zan tsabtace ku. Kun kasance kamar wannan gidan: zanen gizo, baƙin bango, ƙazanta ko'ina a wurin sannan kuma Ubangiji ya ce zan sabunta ku kuma zan canza ku.

Duba idan mun barshi yayi - muna cewa ina son ka kuma zan bari ka share gidana - amma sauran dakunan suna kulle! Wannan ita ce hanyar da muke so mu bauta wa Ubangiji amma ba haka ya kamata mu bauta wa Ubangiji ba. Ko dai ya zama dole mu bude masa gidan gaba daya ko kuma ba zai karɓi ɗayan ba. Idan ka sayi gida kuma tsohon mai gidan yana son zama a gidan – zaka biya gida daya duka sai ya rike kashi uku bisa hudu? Ba na tsammanin hakan zai yi aiki. Hakanan hanya ɗaya ce tare da Yesu - ba za mu iya rabin yi masa hidima ba. Dole ne mu zo da dukan zuciyarmu, tare da dukkan ranmu, hankalinmu, da ƙarfinmu - jiki, zuciya da ruhu. Yesu ya biya wannan ko."

Sau bakwai mafi muni ba wasa bane - ba komai bane da wasa.

Lokacin da God ya sadar da wani kuma an share "gidansu" menene suke yi? Ta yaya suke cika "gidansu"?

Sa'an nan sai ya tafi, ya je da wadansu mala'iku bakwai da suka fi shi sharri. Suka shiga, suka zauna a ciki: Kuma ƙarshen mutumin nan ya fi na farkon muni. Luka 11:26

Bayan kubuta mutane zasu iya jin fanko kuma an ɗan bata. Tsohon ubangijin wannan yankin a rayuwarsu ya tafi kuma yanzu me suke yi? Wadannan yankuna suna bukatar cikawa da God! Yi addu'a ga God ya cika mutum da salamarsa da Farincikin sa. Idan ba a sake haifuwarsu ba, koya musu game da Ceto kuma ka tambaye su idan zasu tambayi Yesu a cikin zuciyarsu. Kai su zuwa mataki na gaba a cikin tafiyarsu da God. Koya musu yadda ake rufe kofofin da suka bude wa makiya. Karfafa su zuwa coci da yin tarayya da wadanda za su yi ƙarfi da warkarwa a gare su.

Yesu ya ce masa, Tashi, ka ɗauki gadonka, ka yi tafiya. 9 Nan take mutumin ya warke, ya ɗauki shimfidarsa ya yi tafiya tasa. Ran nan kuwa Asabar ce.... 14 Bayan haka Yesu ya same shi a Haikali, ya ce masa, "Ka ga fa, ka warke! To, ka daina yin zunubi, don kada wani abu da ya fi wannan muni ya same ka."
Yakubu 5:8, 14

Da Yesu ya daga kansa, bai ga kowa ba sai matar, Da Yesu ya daga kansa, bai ga kowa ba sai matar 11 Ta ce, Babu wani mutum, ya Ubangiji. Yesu ya ce mata, " Ni ma ban hukunta ki ba: tafi, kuma kada ki ƙara yin zunubi.
Yahaya 8:10, 11

Bari Mu Duba - Kamammu
Makamanmu

3 Ko da yake a cikin jiki muke tafiya, famarmu ba irin na mutuntaka ba ne.

4 Don kuwa makamanmu na fama ba na mutuntaka ba ne, na ikon God ne, masu rushe maƙamai masu ƙarfi.

5 Muna ka da masu hujjoji a cikin zace-zacensu, muna rushe kowace ganuwar alfarma mai tare sanin God, muna kuma jan hankalin kowa ga bautar Almasihu.

6 A shirye muke kuma mu hori kowane marar biyayya, muddin biyayyarku ta tabbata.

II Corinthians 10:3-6

Wanene rahoto za ku yi imani da shi.

Maganar God tana cewa za mu san gaskiya kuma gaskiyar za ta 'yantar da mu. Daga ina Gaskiya take? Shin za ku gaskanta da Maganar God ko kuwa za ku gaskata horoscope ɗinku ko wani wanda ya karanta tafin hannunku. Shin za ku gaskata da halitta - ko Mahalicci? Shin zaku manne ga Jinin allahntakan ko kuma jinin Adam.

Wa ya gaskata rahotonmu? Wanene kuma aka bayyana ikon Ubangiji? Ishaya 53: 1

Ba za mu iya yin jujjuya baya da gaba ba, ko dai yaƙin na Ubangiji ne ko kuwa za mu yi yaƙi da tunaninmu na jiki – ilimin mu na duniya, tare da Adam na Adam. Ba za mu iya zama masu tunani biyu ba kuma mu sa ran kasancewa 'yanci.

Renounce the bondage

Yi addu'a don makanta ta fita daga tunanin waɗanda suke tsare domin ya ga Yesu, Mawallafin kuma Mai ofarshe imaninsa. Dole ne kamammun ya isa ga God, za mu iya yin wani ɓangare na yaƙin amma kamamme dole ne ya yanke shawarar kansa don ya sami 'yanci.

Saboda haka da yake muna da wannan hidimar, kamar yadda muka sami jinƙai, ba zamu karai ba;

2 Ba ruwanmu da ɓoye-ɓoye na munafunci, ko makirci, ko yi wa Maganar God algus, amma ta wurin bayyana gaskiya a fili, sai kowane mutum ya shaidi gaskiyarmu a lamirinsa a gaban God.

3 Ko da bishararmu a rufe take, ai, ga waɗanda suke hanyar hallaka kaɗai take a rufe.

4 Su ne marasa ba da gaskiya, waɗanda sarkin zamanin nan ya makantar da hankalinsu, don kada hasken bisharar ɗaukakar Almasihu, shi da yake surar God, ya haskaka su.

II Cor. 4:1-4

Me ake nufi da rabuwa?

Rabuwa yana nufin "ƙi." Duk sarkar da kamamme yake da ita, dole ne ya sake ta ya "ƙi" ta. Ku tuba da shi kuma ku nisance shi. Wata rana Yesu ya nuna min filin da alamar "Babu ƙetare iyaka". Lokacin da muke cikin Yesu shaidan mai ƙetare iyaka ne. Faɗa masa. Dole ne mu bar duk ƙaryar, rashin gaskiya, wayo da zunubai da suka buɗe ƙofa ga "Mai keta haddi." Da zarar mun zama na God, muna da 'yancin mu gaya wa "Mai Laifin" ya sauka ba zai dawo ba.

What did Jesus do?

Menene Yesu yayi lokacin da ya fuskanci Yaƙin Ruhaniya?

Bayan Yesu yana cikin jeji kuma ya ci nasara da Shaiɗan ba tare da faɗawa cikin jaraba ba, sai ya shiga Haikalin tare da shaida, da kuma bayanin manufarsa a rayuwa.

Karanta daga Luka 4:

1 Yesu kuma cike da Ruhu Mai Tsarki sai ya dawo daga Kogin Urdun. Ruhu na iza shi zuwa jeji,

2 har kwana arba'in, Iblis yana gwada shi. A kwanakin nan bai ci kome ba. Da suka ƙare kuwa ya ji yunwa.

3 Iblis ya ce masa, "In dai kai Ɗan God ne, ka umarci dutsen nan ya zama gurasa,"

4 Yesu ya amsa masa ya ce, "A rubuce yake, 'Ba da gurasa kaɗai mutum zai rayu ba.' "

5 Sai Iblis ya kai shi wani wuri a bisa, ya nunnuna masa dukkan mulkokin duniya a ƙyiftawar ido.

6 Iblis ya ce masa, "Kai zan bai wa ikon duk waɗannan, da ɗaukakarsu, don ni aka danƙa wa, nakan kuma bayar ga duk wanda na ga dama.

7 In kuwa za ka yi mini sujada, duk su zama naka."

8 Yesu ya amsa masa ya ce, "A rubuce yake cewa,
'Ka yi wa Ubangiji Allahnka sujada,
Shi kaɗai za ka bauta wa.' "

9 Sai kuma ya kai shi Urushalima, ya ɗora shi can kan tsororuwar Haikali, ya ce masa, "In dai kai Ɗan God ne, to, dira ƙasa daga nan,

10 don a rubuce yake cewa,
'Zai yi wa mala'ikunsa umarni game da kai, su kiyaye ka,'

11 da kuma
'Za su tallafe ka,
Don kada ka yi tuntuɓe da dutse.' "

12 Sai Yesu ya amsa masa ya ce, "Ai kuwa an ce, 'Kada ka gwada Ubangiji Allahnka.' "

13 Bayan da Iblis ya gama irin dukan gwaje-gwajensa, ya rabu da shi ɗan lokaci tukuna.

Yesu Ya Fara Hidima a Galili

. . .

14 Yesu ya koma! asar Galili, ikon Ruhu yana tare da shi. Labarinsa ya bazu a dukan kewayen.

15 Ya yi ta koyarwa a majami'unsu, duk ana girmama shi.

An Ki Yesu a Nazarat

16 Ya zo Nazarat inda aka rene shi. Ya shiga majami'a a ran Asabar kamar yadda ya saba. Sai ya miƙe domin ya yi karatu.

17 Aka miƙa masa Littafin Annabi Ishaya, ya buɗe littafin, ya sami inda aka rubuta cewa,

18 "Ruhun Ubangiji yana tare da ni,
Domin yā shafe ni in yi wa matalauta bishara.
Ya aiko ni in yi shelar saki ga ɗaurarru,
In kuma buɗe wa makafi ido,
In kuma 'yanta waɗanda suke a danne,

19 In yi shelar zamanin samun karɓuwa ga Ubangiji."

Wannan shine dalilin zuwan Yesu duniya! Domin ya 'yantar da mu! Abin da God yake so ne a gare mu mu koma ga Uba. Ama, da Adamu da Hauwa'u ba su zaɓi su saurari Iblis ba! Ama, da muna iya fahimtar duk abin da God yake mana kuma mu daina sauraron waɗannan halittun, amma mu saurari Mahaliccin Duniya. Da mun sami 'yanci! Yaya hangen nesa mai karfi daga Wanda yake ganin DUK abubuwan da suka gabata, yanzu, da masu zuwa da kuma dauwama... Dole ne ku yanke shawara - Rayuwa ko Mutuwa, 'Yanci ko Zalunci, Mai Kyau ko Mugu. Ba za mu iya samun duka biyun ba.

5 In waninku ya rasa hikima, sai ya roƙi God, mai ba kowa hannu sake, ba tare da gori ba, sai kuwa a ba shi.

6 Amma fa sai ya roƙa da bangaskiya, ba tare da shakka ba. Don mai shakka kamar raƙuman ruwan teku yake, waɗanda iska take korawa tana tuttunkuɗawa.

7-8 Kada irin mutumin nan mai zuciya biyu, wanda bai tsai da zuciyarsa a gu ɗaya a dukan al'amuransa ba, ya sa rai da wani abu a gun Ubangiji.

Yakub 1: 5-7

An cira daga "Kada a auna da kanka" na Rev.. Agnes I. Numer

Muna magana ne game da makamanmu na yakinmu - wadannan makamai ba na jiki ba ne masu girma ne!

Wani dare da ƙarfe 3 na safe, wani ya ƙwanƙwasa ƙofata ya ce, "' Yar'uwa Numer wannan lamari ne na gaggawa ko kuma ba za mu zo nan ba." Namiji da matar sun kasance suna zuwa taronmu amma ba mu da masaniya sosai game da su. Ya shigo da ita. Na tura ɗana, David zuwa wancan ɗakin don ya kwana a wani wuri. Mun mayar da wancan dakin zuwa dakin kubutarwa. Kadai ban taba yin wata kubuta a rayuwana ba! Na shiga ciki kuma mutumin ya gaji sosai da daukar matar sa zuwa kowace coci a LA. Suka ce, "Je ka da ita asibitin mahaukata, ba za mu iya taimaka mata ba." Matar ta ce, "Ina cikin coci sai God ya kawo ni a hankalina na ce ya kai ta wurin' yar'uwa. Numer kuma zata taimake ta." Ban sani ba Zan taimake ta. Na fara addu'a game da shi. Suka kawo ta. Ta fita hayyacinta. Na tsaya a wurin sai na duba ta babban taga, na ga duwatsu, na waiga can sai na ce, "Yesu me zan yi?" Ya ce, "Ba za ku yi komai ba, ni ne." Ya shigo wannan tagar - dama cikina.

Yesu ya ceci matar; Ban taɓa samun irin wannan a rayuwata ba. Duk dare Yesu ya koya mani mataki-mataki. Zai shafe ni. Iko da ke cikin ta zai ƙaryata ni. Horarwa ce, don in san yadda zan yi - lokacin da Ubangiji ya shafe ni - ba lokacin da nake son in yi ta ba. Mun yi mata addu'a na wani lokaci sannan zan yi tafiya a wani ɗaki, Zai bar ni in huta kuma ta huta. Bayan hutunsa, zan shiga in kawo mata ceto.

Na koyi duk game da shaidan. Na koyi abin da suka faɗa da kuma yadda suka aikata. Sunayensu, sun ce, "kungiyar aljannu." Me zan yi da kungiyar aljannu? Ba zan yi komai ba. Duk daren, sauran daren, Yesu a cikina ya sadar da matar. 10:30 washegari da daddare daga cikinsu ya fita daga jikinta sai Ruhun Ubangiji yazo sannan tayi rawa ko'ina a falo - kyauta!

Kafin ta sami kubutar da ita, ta yi kama da mayya, ba ta san cewa mutumin da ta aura mutum ne ɗan shekara 69 ba.. Ta ce, "Wanene wannan mutumin?" Na ce mijinki ne. Shekarunta 32 (talatin da biyu) ne kawai lokacin da God ya 'yanta ta. Ta ce, "Ban san shi ba. Ba zan iya tafiya tare da shi ba." Abokanta sun zauna a Arizona. Mun dauki waccan matar muka sa ta a motar bas muka tura ta Arizona.

Wannan yana daga cikin wadannan abubuwan da God yayi.

Sai na ji wata babbar murya tana cewa a Sama, Yanzu ceto, da ƙarfi, da mulkin Allahnmu, da kuma ikon Kiristi ya zo: Gama mai karar 'yan'uwanmu ba shi da kyau, wanda ya zarge su a gaban Allahnmu dare da rana. 11 Kuma suka rinjayi shi ta wurin jinin Lamban Ragon, da kuma maganar shaidar su; Ba su ƙaunar rayukansu har lahira. Ruya ta Yohanna 12: 10-11

Mu sake nazari - Makaman mu

Yaƙin ruhaniya ba wasa bane, wani abu ne da God yayi ta hanunmu don taimakawa wasu su san shi kuma su sami freeanci. Wannan baiwar da God yayi mana ita ce kada mutane su kwashe sauran rayuwarsu cikin azaba da kamammu. Ba azabar mutum aka yi wa mutum ba, ba a yi wa mutum lahira ba - dole ne mu zaɓi mu sami 'yanci mu rayu har abada cikin Loveaunarsa, salamarsa da farin cikinsa.

Kada mu yarda da abokan gaba cewa azabar ciki tana gare mu kuma cewa mummunan abubuwa dole ne koyaushe su same mu. A wannan duniyar muna da wahala amma Yesu ya ci nasara da duniya! Rai madawwami na God ya fara ne lokacin da muka roƙi Yesu ya zama Ubangijinmu da Mai Cetonmu. Wancan Mulkin Madawwami ya fara girma a cikin zukatanmu. A cikin wannan Masarautar muna da Salama da Farin Ciki - komai halin da muke ciki.

Lokacin da Ruhu ya ja Yesu zuwa jeji don jarabtar shaidan, babban makamin da Yesu yake da shi shine ya san God kuma ya san Maganar God. Ya yi amfani da Maganar God a kan Shaidan kuma Yesu ya ƙi yin abubuwa game da Dabi'ar God. Kamar yadda muka san Gaskiya, wannan gaskiyar tana 'yantar da mu.

Samu lokaci don sanin God, sanin Gaskiyarsa, sanin halayensa - saninsa. Lokacin da makiyin God da kuma makiyin ranmu suka zo - ɓoye a gaban God kuma ku bi umurninsa.

Yakin na Ubangiji ne.

BINCIKEN: YAKIN RUHANIYA

I. Kyaftin Mai Runduna
  Yaushe kuma yaya Yesu yayi:
  •Shirya kansa don Yaƙin Ruhaniya a cikin Luka 4?
  • Yaƙe-yaƙe na ruhaniya?
  • Korar shedanu? Where does the Bible mention that the Disciples and others – successfully and unsuccessfully cast out devils?
  Bayyana abin da ya faru.

II. Jarumi
  •Ayyade yakin.
  • Menene yaƙin?
  • Menene burinmu?

III. Abokin gaba
  Tambayoyi masu mahimmanci
  Amfani da bayanan da aka tattauna a wannan zaman me kuke tsammanin amsoshin zasu kasance? Idan makiyin God yana da sulke da me zai yi kama?
  Na farkon an cika muku.
  Kristi mai sulke

Zaki - Gaskiya
Kwalliya - Adalci
Kafa - Shiri na Bisharar Salama
Garkuwa - Bangaskiya
Kwalkwali - Ceto
Takobin Ruhu - Maganar God
Kayan yaƙi Da' da-Kristi

Menene makamancin makaman yaƙi na Kristi?

Zakuna - Yaudara
Kwalliya -
Kafa -
Garkuwa -
Kwalkwali -
Takobin Ruhu -

Ta yaya maƙiyin God zai iya amfani da waɗannan maɓallan don kama wani?
La'anci
Tsammani

IV. Kamammu
Tambayoyi masu mahimmanci
Ta yin amfani da bayanan da ke cikin wannan zaman, ta yaya za ku amsa waɗannan tambayoyin?

Sarkokin Kangi
Za a iya samun halaye, shaye-shaye, abubuwa daban-daban waɗanda suke neman su mamaye rayuwarmu inda ba mu da 'yanci. Nuna hanyoyi guda biyar da wani zai iya buɗe wa maƙiyin God ƙofa kuma yanzu zai iya zama kamammu:

a)

b)
c)
d)
e)

Tambayoyin Tattaunawa na Kungiyar

Ta yaya sarƙoƙi ke ƙarfafa?

Me yasa suke wurin?

Ta yaya ba za su dawo ba?

Me yasa Yesu yace tafi kada kayi zunubi kuma?

V. Makamanmu

Rubuta makamai guda biyar daga Koyar da Hannuna don Yaƙin Yaƙin Ruhaniya

a) Shafewar God
b)
c)
d)
e)

Tambayoyi masu mahimmanci:

Lokacin da kake karanta wani ɓangare daga "Kada ka auna da kan ka" daga Rev. Agnes I. Numer, menene fatan wannan da zai baka don gogewar yaƙi na ruhaniya da zaka iya fuskanta ko kuma wace fahimta ce ta ba ka daga abubuwan da ka taɓa samu na yakin ruhaniya?

TAMBAYA: YAKIN RUHANIYA

1. Ya! in ruhaniya ba abin da muke yi ba ne; abu ne da God yayi ta hanun mu
    a. T
    b. F

2. Kwarewar Joshua tare da Kyaftin na Runduna tana koya mana hakan
    a. Zamu iya cin karo da mala'ika a kowane lokaci
    b. God baya tare da mu - muna tare da shi
    c. Shaidan na iya bayyana kamar mala'ikan haske

3. God yasa damar mawuyacin yanayi a rayuwar mu ya karfafe mu
    a. T
    b. F

. . .

4. Mutanen da suka "yi annabci, suke fitar da aljannu kuma suka aikata ayyuka na ban mamaki" dole ne su kasance suna yin nufin God
    a. T
    b. F

5. A cikin yaƙi in ruhaniya dole ne mu mai da hankali ga abokan gaba
    a. T
    b. F

6. A cikin yaƙi in ruhaniya, Kasancewar God shine mabuɗin ku. Zaɓi wani maɓallin a ƙasa
    a. Kada ku motsa cikin zato
    b. Mai da hankali kan abin da abokan gaba suke yi
    c. Kiyaye kanka sosai

7. Mayar da hankali ga abin da God yake yi kuma yana cewa - a yanzu kuma:
    a. Menene babbar bukatar wannan mutumin?
    b. "God yaya za mu yi addu'a a wannan yanayin?"
    c. "Mecece alkiblarku?"
    d. Duk na sama

8. Ya kamata mu hukunta kanmu idan wani tunani mara tsoron God ya zo mana lokacin yaƙi
    a. T
    b. F

9. Ana yin yaƙi in ruhaniya ta ikon Yesu

a. T
b. F

10. A CIKIN YA! E-YA! e, LOKACIN DA KUKA JI KASANCEWAR ruhun rarrabuwa ya kamata mu:
   a. Yi addu'a a kanta
   b. Bada izinin God ya gudana ga juna
   c. Toin ba shi wuri
   d. Duk na sama

11. Dukan makamai na God suna hade idan muka sa Yesu
   a. T
   b. F

12. BAYAN MUTUM YA SAMI CETO, MUTUM NA IYA JIN CEWA ba shi da komai
   a. T
   b. F

13. MAKAMAN RUHANIYA DA MUKE DASU SUNADA KARFI TA wurin God. Za su iya
   a. Downauke wurare masu ƙarfi
   b. Yarda da tunanin
   c. Kawo tunani cikin bauta don yiwa Almasihu biyayya
   d. Duk na sama

14. Me ake nufi da rabuwa?
   a. Don yin magana game da wani
   b. Don kauracewa, tuba ko tafiya

c. Gayyata a buɗe

15. Yesu ya ci nasara da Shaitan ta wurin ba ya faɗa cikin jaraba

a. T

b. F

CHAPTER 5
RIKICI MAI RIKITARWA

Manufofinmu na iya zama sama da cin nasara kan jayayya ko gano wanda yake daidai da wanda ba daidai ba. Babban burinmu shi ne mu yi imani da God cewa ta hanyar rikici za a iya samun "Juyin Juya Hali"

Ma'anar juyin juya hali:
Canji mai sauƙin gaske da yaɗuwa cikin al'umma da tsarin zamantakewar jama'a, musamman wanda aka yi kwatsam kuma galibi tare da tashin hankali.

Kwatsam, matsananci, ko cikakken canji game da rayuwar mutane, aiki, tunani, da sauransu. **Rikice-rikice galibi ba abin dariya bane.** Zasu iya yin barazanar kawo canji mara kyau. Zasu iya zuwa ba zato ba tsammani ba zato ba tsammani. Zasu iya haifar da rabuwar dangantaka KO zasu iya haifar da canji mai karfi da karfi zuwa ga dangantaka mai zurfi; karin girmamawa, amincewa da fahimta. **Rikici na iya zama hanya mafi sauri ga canje-canje masu kyau.** Kada kaji tsoron rikici. Koyi cewa ta **yadda muke aiki da amsawa** wanda zai iya haifar da rikice-rikice don kawo buƙatar da ake buƙata "Juyin Juya Hali."

Dubi kowane rikici a matsayin **dama:**
- Don zurfafa dangantaka.
- Don fahimtar juna da kyau, kusaci kuma kara budewa.
- Don samun mutunta juna.

Jagora ga kyakkyawan juyi yayin rikici•
Muna gefe daya ne.
Dauki halin cewa wannan matsalar ba za ta raba mu ba.

A zahiri ku sanya kanku don haka ku duka kuna tare, kuna fuskantar matsalar.

Kasancewa zama matsayi mara barazanar.

Shin halin Human tawali'u
Ta yaya **na** ba da gudummawa ga matsalar? **Tawali'u za su iya yarda** cewa ni ma ina cikin matsalar.

Ilityan tawali'u na iya cewa, "**Yi haƙuri, gafarta mini.**"

Nemi Lokaci da Wurin da za ku yi magana.
Ba lokaci bane mai kyau don magance batutuwa yayin da kuka cika fushi. Timeauki lokaci don kwantar da hankali.

Nemi wuri mai kyau. Ba a gaban yara ko wasu mutane wadanda ba sa buƙatar sa hannu ba.

•Ina darajar Alaƙarmu.
Dauki lokaci don bayyana ƙimar ku ga dangantakar kuma kuna fatan samun mafita ga matsalar da ke kusa.

Mecece matsalar da muke kokarin magancewa?

Idan kuna iya yarda ku bayyana matsalar kuna da damar magance ta.

• **Bayyana ainihin yadda kuke ji kuma ku saurari ainihin abin da suke ji.**

Nuna abin da suka faɗa da cewa, "Bari in gani idan na fahimta, shin kuna faɗin haka…. ko, kuna ji…. "

Nemi a fahimta da gaske.

Ba sauraron maganganunsu kawai ba amma har zuwa zuciyarsu.**Listen Well.**

Often if you will listen well you will get an opportunity to speak and be heard.

Let them know you are listening by your body language and your responses.

Use active listening. "I hear you; I think I understand what you are saying" etc.

Nemo Mafita tare.

Shin za mu iya neman Kalmar God tare don amsa? Idan ana girmama maganarsa, yana da amsa.

Anan akwai ka'idoji goma don taimaka mana haɓaka haɓaka dangantaka mai zurfi:

1. **Warkarwa na Da.**

a. Lokacin da wani abu ya cutar da mu a baya wanda har yanzu ba a warkar da shi ba kuma wani ya yi wani abu wanda "ke ji" makamancin haka za mu iya samun damar juyayi na motsin rai da tunani wanda zai iya haifar mana da wuce gona da iri. Tunaninmu na iya shafar dangantakarmu ta yanzu sosai idan ba mu gafarta ba kuma muka bar God ya warkar da mu ta Ruhunsa. God na iya amfani da halin da ake ciki yanzu don "tsokanar" tsohuwar cutarwa. Idan muna faɗaka wannan lokaci ne mai kyau don fuskantar raɗaɗin baya kuma bari ya warkar da mu.

2. **Kaunar God, ba ƙaunar mutum ba.**

a. Kaunarmu ta ɗan adam tana iya wucewa har zuwa yanzu. 'Saunar God ba ta ƙarewa kuma ba ta taɓa kasala. Mutane da gaske suna bukatar ƙaunar God ba juyayinmu ba. Sau da yawa muna iya zama da wuya yayin da mutane suke buƙatar tabbatacciyar amsa da kuma wuya lokacin da suke buƙatar ƙauna da ƙarfafawa. Bari God ya ƙaunace ku. Wannan yana farawa ta hanyar barin ƙaunar God ta ratsa zukatanmu. Muna bukatar wahayi na yadda yake kaunar mu. Jin daɗin ƙi da watsi wanda muke da shi galibi akan tsara shi akan wasu lokacin da ba ma gaskiya bane.

3. Alwashi har abada ne. Alkawari ne da jajircewa.

a. Ci gaba, **fitar da tsohuwar alƙawarin bikin aure.** Karanta su a hankali. Bari kanka ka gane cewa alwashi hakika alkawari ne … "Har mutuwa ta raba mu". Akwai irin wannan ta'aziyya cikin sanin cewa zamuyi aiki tare don yin wannan aiki.

b. **Saki ba zabi bane. Karka taba kawo wannan kalmar.** Kar ka bari ya zama cikin kalmomin ka ko a zuciyar ka. Kada a taɓa amfani da shi azaman barazana. Musamman idan ka yi imani cewa God ya hada ka wuri daya ba za ka bar kowa ko wani abu ya yaga ka ba.

4. Jarabobi kwari ne.

a. Akwai mugayen halaye da halaye da shaye-shaye waɗanda suke da lahani kamar tururuwa da ƙwayoyin cuta.

i. Lokacin da cututtukan jiki suka lalata jikin mutum babu abin da zai yi aiki daidai. Akwai ciwo mai yawa kuma jiki ba shi da lafiya. Haka yake a cikin aure.

ii. **Kwarin nan sukan iya kashewa.** Abinda ya fara karami na iya girma kuma ya mamaye dukkan alaƙar kuma ya kawo ɓarnar ta idan ba ayi mata daidai ba.

iii. Dole ne mu kawar da halaye da shaye-shaye wadanda ke barazanar lalata su:

1. Furta laifin ka ga God.
2. **Nemi abokin hadin gwiwa.**
3. Ku yi kuka ga God don ikonsa don ya taimake ku shawo kan.
4. Karka yanke kauna a kokarinka na farko na cin nasara. Tashi ka cigaba da danna ciki.
5. **Tafiya cikin Gafara.**

   a. Tare da God mun san cewa **Shi Mai gafara ne.** Zamu iya tabbata cewa idan muka zo gare shi cikin tawali'u muna furta zunubinmu cewa zai karbe mu, zai gafarta mana kuma ya kaunace mu.

   b. Idan muna tafiya cikin kauna, muna tafiya cikin yafiya. Ba mu yanke shawara kowane lokaci ... "Shin zan yafe wannan lokaci?" Yesu ya ce saba'in sau bakwai. Idan muka rike abubuwa kuma muka kirga sau nawa... to bawai muna tafiya cikin gafara bane.

   c. Dole ne a bar fansa ga God. Lokacin da muke cikin fushi, ana jarabtar mu mu cutar da wasu ta maganganunmu da ayyukanmu. Barin sakayya ga God. Kar ka karbe shi a hannunka.

6. **Daraja, Girmamawa, Kauna Ishauna.**

   a. Ayyade wadannan kalmomin - Daraja, Girmamawa, Kauna Ishauna

   b. Men need to be **Respected and Honored.**

   i. Koyi yadda ake nuna girmamawa.

   ii. Mace tana sa duk hera heran ta su girmama namiji ko su raina ta.

   iii. Abin da ke da mahimmanci shi ne yadda za ku fadi wani abu fiye da abin da kuke fada.

iv. Ka zaba kada ka taba yin zagi game da matarka a bainar jama'a ko kuma ga abokan ka. Gina su, girmama su kuma sanya su na musamman.

a. **Mata suna bukatar a ƙaunace su,** ƙaunatacce kuma an ciyar da shi. Ku dube ta kamar lambun da yake buƙatar shayar da shi kuma ya kula da shi don ya ba da 'ya'ya.

i. Kowace mace na ji, "Ina son ku" ta wata hanyar daban.

ii. Koyi mafi kyawun hanyoyin da zaka ce mata, "Ina son ku".

iii. Ka sa ta ji na musamman.

iv. **Yi magana mai kyau game da ita a ɓoye da kuma a bayyane.**

v. Kasance masu kirkira. Gaskiyar cewa kun ɗauki lokaci don lura, matsala don yin wani abu, da kulawa don sanya shi na musamman yana da ma'ana sosai.

7. **Ku yi tafiya cikin Tawali'u da juna.**

a. Maza, ku koya faɗi, "Yi haƙuri, na yi kuskure"

b. Mata suna koyon faɗin, "Na gafarta muku" kuma suna karɓar gafara. Bar shi. **Kar a sake kawo shi a gaba.**

8. **Kula da mutane kamar yadda zasu kasance ... Ba yadda suke iya zama a yau ba.**

a. See others the way that God sees them. **This takes faith**... see the potential He sees.

b. Don't constantly nag, let God control others and not you.

c. Be patient while He is working. God's not finished with them yet.

9. **Amsa da Ruhun Ubangiji ba amsa da Nama.**

a. Yayinda muke koyon tafiya cikin Ruhu, **ba za mu cika sha'awar jikinmu ba.** Akwai lokuta da kawai za mu so kawai mu amsa kawai kuma "bari su sami shi" ko "busa iska" da "ba su abin da suka cancanta". Duk wadannan abubuwan suna ba da cikin jikinmu maimakon ba Ruhunsa ikon kula da harshenmu da motsin zuciyarmu.

b. Lokacin da muka amsa ta Ruhunsa to zai yi ma'amala da su da kansa.

c. Amsa mai taushi tana juyar da fushi; Amma amsa mai zafi takan sa mutum ya yi fushi.

10. So na Ba sharadi ba.

ma'ana Ba sharadi ba: da zuciya daya, ba cancanta ba, ba a kiyaye shi ba, ba shi da iyaka, ba a iyakance ba, ba a tsara shi ba, ba a tambaya ba, duka, cikakke, cikakke, cikakke, daga-dafita, babu shakka.

So na Ba shine abinda God ya nuna mana. Ko da muna masu zunubi Kristi ya mutu dominmu. **Wanda ya cancanta ya mutu don mai rashin cancanta.** Bai kalli yanayinmu ba yadda ba zai yiwu ba. Ya mika cikin bege cewa zai iya tabawa kuma ya canza rayuwarmu.

a. Idan muna son wani da kauna mara iyaka, za mu ga cewa ba za mu iya yin sa da karfinmu ba. Ikon kauna ba tare da wani sharadi ba yana zuwa ne kawai daga fahimtar cewa muna bukatar kanmu mara kauna. Ikon kauna ba tare da wani sharadi ba yana zuwa ne kawai daga fahimtar cewa muna bukatar kanmu mara kauna. Idan muka lura da yadda yake kaunar mu zamu iya fara kauna kamar yadda ya kaunace mu.

b. **kauna ba tare da wani sharadi ba ya nuna bayeswar yardan rai,** ba tare da neman komai ba. Wannan ya sabawa dabi'armu ta jiki.

c. Ofarfin kauna mara iyaka shi ne cewa ana bayar da shi kyauta. Zabi ne na so.

d. Irin wannan ƙaunar **tana canza rayuwa ga duka mutanen** da ke ciki.

e. Yana buƙatar bangaskiya don kauna ba tare da wani sharaɗi ba kuma **God zai gani ya amsa. God zai kawo canje-canjen da ake bukata.**

Dangantaka tana da fa'ida. Mutane suna ƙara farin ciki da cikawa a rayuwarmu. Za su iya ba mu farin ciki sosai da kuma ciwo. Dangantaka ma aiki ne mai wahala. Yana buƙatar sadaukarwa da hikima. God ya bamu Ruhu Mai Tsarki don taimaka mana lokacin da muke buƙatar ƙarin alheri.

Shin kun taɓa yin mamakin wani lokaci lokacin da kuka yi addu'a don ƙarin haƙuri da alheri idan da gaske ya aiko da wasu mutane zuwa cikin rayuwarku don haɓaka waɗancan kyawawan halaye da kuke addu'a domin su? Ba za mu iya ƙaunar waɗancan mutanen ba tare da taimakonsa ba. Don haka dole ne mu kira gare Shi. Lokacin da Ya kara haƙuri sai mu kara yin haƙuri da kowa da ke kusa da mu. Da zarar ya ba mu kyaututtukan sa, su ma namu ne. Wannan shine yadda muke girma. Daga Alheri zuwa Alheri.

2 Bitrus 1:5-7 Ban da wannan kuma, a ba da himma duka, a kara wa bangaskiyarku halin kirki. kuma zuwa nagarta ilimi; 6 Kuma zuwa ga sanin yanayin ga haƙuri kuma da haƙuri ga ibada; 7 Kuma zuwa ga bin God **kyautatawa yan uwantaka;** da kuma kyautatawa yan uwantaka, **sadaka.**

God ya inganta halayen sa a cikin mu yayin da muke haduwa da mutanen da suke kalubalantar mu. Wannan ci gaba ne daga imani, zuwa kamun kai, zuwa ga alheri uwantaka kuma a ƙarshe zuwa sadaka... wanda shine ƙaunar God marar iyaka ta wurin mu. Ya ce dole ne **mu ba da dukkan himma** don ƙara halinsa a kanmu. Da fatan za a karɓi gayyatar don haɓaka cikin halayensa da falalarsa ta hanyar rikici da mutane masu wahala.

Nasihu don Jayayya da Gaskiya

1. Tabbatar cewa kuna da isasshen lokaci don tattaunawa game da sabaninku.
2. Kar ka mai da martani. Amsa da Ruhun Ubangiji.
3. Tsaya zance. Saurara Cikin Daraja.
4. Karka kushe halayen mutum.
5. Kar a kawo abubuwan da suka gabata.
6. Kada ka yi jayayya da mutum mai fushi, ka bar su su huce tukuna.
7. Ba a gaban yara ba, ikilisiya ko wasu.
8. Kullum Girmamawa.
9. Koyaushe ka rama.
10. Zabi fadace fadacen ka.
11. Kar ka kwanta a fusace.

Idan zamu kyale shi, God zai taimake mu mu juya duk wani rikici zuwa juyin juya halin rayuwar mu da kuma alakar mu.

DUBAWA: JUYIN JUYA HALI

Tambayoyin Tattaunawa

Bayyana yadda God yake aiki ta wurin dangantaka don haɓaka halinsa a cikinmu.

Ayyade Juyin Juya Hali a cikin kalmominku

Ayyade waɗannan kalmomin guda huɗu: Loveauna, Cherauna, Girmamawa da Daraja

Ka bayyana hanyoyi biyu da za ku iya girmama mutum wanda zai iya zama da ma'ana a gare shi?

Bayyana hanyoyi guda biyu da zaku iya nuna soyayya ga mace wacce zata iya zama mafi ma'ana gareta?

Bayyana yadda cutarwa na baya zai iya shafar yau? Faɗa game da gogewa ɗaya inda wannan ya faru da ku.

1.Kafa rukuni biyu kuma ayi atisaye tare (ko biyu-biyu) yana cewa, "Yi haƙuri, na yi kuskure "A cikin wannan aikin ƙungiyar za mu sa maza su" gwada "yin haƙuri kuma matan za su yarda da wannan haƙuri. Wannan na iya zama mara dadi a farko. Wannan shine dalilin da ya sa ake buƙatar yin aiki. Idan kana yin wannan kai kadai ka nemi

wani a rana ka ba shi hakuri. Dukanmu muna cin zarafin wasu don haka ya kamata mu sami damar samun wani.
2. Waye alhakinsa na canza wasu mutanen da muke kusa dasu?
3. Menene alhakinmu?

Wannan zai zama lokaci mai kyau don tuba don karɓar aikin God

1. Kwatsam, mummunan canjin yanayin rayuwar mutane, aiki, tunani, da sauransu.
a. A rikici
b. Juyin juya hali
c. Mai warware yarjejeniyar
d. Aikin tawali'u

2. Rikici mara dadi na iya zama hanya mafi sauri zuwa canje-canje masu kyau
a. T
b. F

3. Rikice-rikice na iya haifar da zurfafa, amintacciyar dangantaka
a. T
b. F

4. Rikici na iya zama wata dama don:
a. Samun mutunta juna
b. Biyan bashin

c. Ka sa mutum ya biya abin da yake bin ka
d. Duk na sama

5. Idan kun dauki lokaci mai yawa kuna sauraro ba za ku taba samun damar fahimtar batun ku ba
a. T
b. F

6. Zaɓi ƙa'idodin uku waɗanda zasu taimaka haɓaka alaƙa mai zurfi
a. Bada cikakken tausayawa mutum ya mamaye zuciyar ka
b. Bari God ya warkar da ku daga al'amuran da suka gabata waɗanda ke faruwa a cikin rikice-rikicen yanzu
c. Koyi kauna da kaunar God
d. Gano yadda halaye da shaye-shaye ke shafar dangantakar ku
e. Youraura da ji da ƙin yarda da watsi da kai
f. Ka ji tausayin kanka

7. A wurin bikin aure abu mafi mahimmanci shine:
a. Bikin auren
b. Launin riguna
c. Alkawuran da kuka yi
d. Irin limamin da yake gudanar da bikin

8. Lokacin da muke tafiya cikin gafara, dole ne mu yanke shawara kowane lokaci ko gafartawa ko a'a.
a. T
b. F

9. Mata za su yi yabanya idan kun ciyar da su kamar lambun da ke buƙatar shayar da shi da kulawa
a. T

b. F

10. Ci gaba da kawo abubuwan da suka gabata har sai kun warware shi

a. T
b. F

11. Tawali'u yana bi da mutane yadda suke a yau

a. T
b. F

12. Zabi kalmomi hudu wadanda suke bayyana soyayya mara misaltuwa

a. Da zuciya ɗaya
b. Banbanci
c. Restuntataccen
d. Unlimited
e. Mai shakka
f. Zargi
g. Ba a kiyaye ba

13. Daidai ne a yi sabani da jayayya

a. T
b. F

14. Zaɓi maki hudu don jayayya daidai

a. Ci gaba da kunnawa
b. Saurara cikin girmamawa
c. Tsaya zuwa ma'ana. Kada ku shagala
d. Kawo abubuwan da suka gabata
e. Kai wa mutumin hari
f. Amsa, kar a amsa
g. Kada kayi jayayya lokacin da kayi fushi

h Kira su da sunaye marasa kyau

15. Lokacin da muka fada ko muka aikata wani abu mai cutarwa me ya kamata mu fada?

a. Shaidan yasa ni nayi
b. Laifin ku ne
c. Yi haƙuri, na yi kuskure
d. Babu wani daga sama

16. Nauyin wanene ya canza mutumin da muke kusa dashi?

a. Nasa
b. Nasa
c. Nasu
d. God ne

CHAPTER 6

NA BABU SUNA

Filibiyawa 2:8-24

8 Da ya bayyana da siffar mutum, sai ya ƙasƙantar da kansa ta wurin yin biyayya, har wadda ta kai shi ga mutuwa, mutuwar ma ta gicciye.

9 Saboda haka ne kuma God ya ɗaukaka shi mafificiyar ɗaukaka, ya kuma yi masa baiwa da sunan nan da yake birbishin kowane suna,

10 domin dai kowace gwiwa sai ta rusuna wa sunan nan na Yesu, a Sama da ƙasa, da kuma can ƙarƙashin ƙasa,

11 kowane harshe kuma yǎ shaida Yesu Almasihu Ubangiji ne, domin ɗaukaka God Uba.

12 Saboda haka, ya ƙaunatattuna, kamar yadda a kullum kuke biyayya, haka kuma yanzu, ku yi ta yin aikin ceton nan naku da halin bangirma tare da matsananciyar kula, ba ma sai ina nan kawai ba, har ma fiye da haka in ba na nan.

13 Domin God shi ne mai aiki a zukatanku, ku nufi abin da yake kyakkyawan nufinsa, ku kuma aikata shi.

14 Kome za ku yi, kada ku yi da gunaguni, ko gardama,

15 don ku zama marasa abin zargi, sahihai, 'ya'yan God marasa aibu, a zamanin mutane karkatattu, kangararru, waɗanda kuke haskakawa a cikinsu kamar fitilu a duniya,

16 kuna riƙe da maganar rai kankan, har a ranar bayyanar Almasihu in yi taƙama, cewa himmata da famana ba a banza suke ba.

17 Ko da za a tsiyaye jinina a kan hadaya da hidima na bangaskiyarku, sai in yi farin ciki, in kuma taya ku farin ciki, ku duka..

18 Haka ku ma, ya kamata ku yi farin ciki, ku kuma taya ni farin ciki.

19 Ina sa zuciya ga Ubangiji Yesu in aika muku da Timoti da wuri, don ni ma in ƙarfafa da samun labarinku.

20 Ba ni da wani kamarsa, wanda da sahihanci zai tsananta kula da zamanku lafiya..

21 Dukansu sha'anin gabansu kawai suke yi, ba na Yesu Almasihu ba.

22 Amma, ai, kun san darajar Timoti yadda muka yi bautar bishara tare, kamar ɗa da mahaifinsa.

23 Shi ne nake fata in aiko, da zarar na ga yadda al'amarina yake gudana.

24 Na kuma amince har ga Ubangiji, ni ma da kaina ina zuwa ba da daɗewa ba

I. Ya Dawwama Har abada Da surar Mutane

Bari mu duba farkon aya ta 5 (Biyar). "Bari wannan tunani ya kasance a cikinku wanda shi ma cikin Almasihu Yesu: Wanda yake, a cikin surar God, bai tsammaci fashi ba ne ya zama daidai da God: Amma ya mai da kansa ba wani suna, ya ɗauki kamannin bawa, kuma an yi shi cikin sifar mutane. Da aka same shi a kamannin mutum, sai ya ƙasƙantar da kansa, ya zama mai biyayya har zuwa mutuwa, har ma da mutuwar gicciye. Saboda haka God kuma ya ɗaukaka shi ƙwarai, ya kuma ba shi suna wanda ke bisa kowane suna: Cewa da sunan Yesu kowane gwiwa zai rusuna, na Sama, da na duniya, da na ƙarƙashin duniya. Kuma ya kamata kowane harshe ya shaida cewa Yesu Kiristi shi ne Ubangiji, domin ɗaukakar God Uba. "

Me yasa yake fada mana haka? A cikin aya ta 3 (Uku) Ya ce, "Kada a yi komai ta hanyar husuma ko girman kai..." 2 Amma ku cika da farin ciki, masu kamanta zuciya ɗaya, kuna da ƙauna ɗaya, ku kasance da nufi ɗaya da nufi ɗaya. "Bari wannan tunani ya kasance a cikinku wanda ya kasance kuma cikin Almasihu Yesu:"

Yana da ɗan wahala a gare mu mu zama "marasa daraja" fiye da Yesu.

Wani lokaci muna tunanin haka, ko ba haka ba? Yesu Sonan God ne kuma wannan ya sa ya zama da wuya sosai ... saboda Ya ɗauki surar mutum. Misalin menene? "An yi shi cikin surar mutane."

Wataƙila ba ya nufin komai a gare ka cewa Yesu ya zaɓi surar mutane. Kuma ba komai bane a gare ku cewa Ya soke duk abin da ke sama - duk abin da ya kasance sashin kasancewarsa a sama - Ya ba da shi ya zama kamar waɗannan ƙananan halittu masu yawo a duniya da ƙafafu biyu, waɗanda ake zaton masu hankali ne, manyan mutane ... kuma har yanzu suna. Har yanzu suna tunanin cewa sun fi God, kuma suna mai da God "ba wani daraja."

Wata rana na damu kwarai sai na ce wa Ubangiji, "God, me ya sa ba za ka nuna wa wannan tsohuwar duniya ko kai wanene ba? Me ya sa?" Sannan ya ba ni Zabura ta 78 inda ya ce, "Kuma ya ba da ƙarfinsa cikin bauta, da kuma ɗaukakarsa a hannun abokan gaba."Zabura 78:61 God bai riga ya ƙwace dukan ɗaukakarsa daga hannun abokan gaba ba. Har yanzu bai saki strengtharfinsa a wannan duniyar ba. **Amma Shi zai yi.** Yana girgiza Kansa yanzunnan. Abubuwan da ake faɗi da aikatawa akanshi yau ... Yana shirye don girgiza Kansa kamar wanda ya kasance cikin bacci mai zurfi kuma zai bugi magabtansa a cikin "ɓangarorin da ke baya." Kuma idan Yayi, wani abu zai faru. Zai ɗauki ƙarfinsa daga cikin bauta da ɗaukakarsa daga Shaiɗan.

Ya ɗauki surar mutane, ya mai da kansa "ba a san shi ba," kuma, da aka same shi a sifa irin ta mutum, sai ya ƙasƙantar da kansa. Ka sani, babu wani mutumin kirki da zai fanshi mutane. Babu Sonan God da zai fanshi mutane. Yesu ne kawai a matsayin asan mutum zai iya fansar mutum. Duk abin da ya kasance tun kafin ya zo wannan duniya, ba ya sake kasancewa He domin ya daɗe da surar mutum har abada, wanda aka yi shi da surar mutum. "...kuma da aka siffata shi da mutum, ya ƙasƙantar da kansa, ya zama mai biyayya har zuwa mutuwa, har ma da mutuwar gicciye." Bai mai da kansa sanannen abu ba, ta hanyar ɗaukar surar mutum - ba ofan God ba ne, amma ofan mutum ne. Ba zai taɓa kasancewa ba, ba zai taɓa kasancewa da irin wannan dangantakar da Uba ba lokacin da ya bar sama ya zo duniya: Ya kasance har abada a yi shi kamar mutum.

II. Ta Yaya Ba Za Mu Ba da Kai Ga Ihun Wannan Yesu ba?

Ta yaya za mu iya? **TA YAYA ZAMU YI YI WA KIRSOSHINSA?** Ta yaya ba za mu yarda da kukan Ubangiji ba, wanda ya ƙasƙantar da kansa? Wataƙila ba ku san abin da zai iya nufi ba. Na tabbata ban san abin da zai iya nufi ga Ubangijin iyayengiji da Sarkin sarakuna ba don a zo a yi tofin kan mu, la'ana, zagi, tsanantawa - duk mugayen abubuwa, mugayen abubuwa - sa'annan a ƙare da gicciye: **biyayya har zuwa mutuwa a gare ku, kuma ni.**

Ina tsammanin muna da wata jijiya da za mu iya tunanin cewa za mu iya magana da kowace hanya ga God sai dai mu yi masa biyayya. Ban san yadda muke tunanin za mu iya bin hanyar duniya ba, da yin sulhu a duniya, lokacin da Yesu bai yi wani sulhu ba. Ta yaya za mu iya yin hakan? Ba za mu iya yi ba. Kodayake muna tsammanin za mu iya jurewa da shi, ba za mu iya jurewa da shi ba. Domin ya zama "mara mutunci" ya zama kamar mutane. Ya kamata ya sanya mu jin kunya har ma muyi tunanin wata hanya ba hanyar God ba.

Na tuna ranar da na zauna a wani gida a Indiya. Wani saurayi ya yi mini tambaya: "Duk wani addini yana da kyau, ko ba haka ba? Idan kun yi imani da shi? " Ba zato ba tsammani, wani abu ya faru da ni. Ubangiji ya dauke ni cikin mulkin lahira: ya kasance kafin lokaci, kafin a halicci mutum. Yayinda nake cikin lahira, na ji tattaunawa tsakanin God Uba da daansa, Yesu. Na ji babban kaunar God da ta yi wa wannan wanda ya yarda ya zama ba shi da suna, amma ya yarda ya zama kamar mutane - domin ya dauke mu daga hukuncin da an riga an fada a kan 'yan adam, ya dauke mu daga hannun Shaidan kuma ya fanshe mu zuwa ga Uba.

Na ji kaunar Uba ga dansa mai daraja da kuma farashin da zai biya, yayin da suka fara magana game da abin da zai yi wa wannan ɗan adam da za su ƙirƙira, suna da cikakken sani cewa mutum zai faɗi a hannun na

Shaidan kuma za a hukunta shi har abada ba tare da God ba. Sanin duk wannan, God ya halicci mutum don yardarsa.

Ta yaya za mu yi shakka a daren yau kuma mu ƙara duniya ga jin daɗinmu? Ta yaya za mu iya haɗa kanmu da abubuwan duniya kuma mu yi tunanin cewa muna yin yardar God? Ta yaya za mu iya yin hakan? Ta yaya har ma za mu iya yin tunani game da waɗannan abubuwan? "Oh, dole ne ku sami wannan; ya kamata ka samu wannan ... "

Ban san abin da na fada wa mutanen da ke teburin a wannan rana ba, amma abu guda na sani: Na kasance a gaban God Maɗaukaki, kuma na kasance a gaban Hisansa, kuma na san yadda zuciyar God ya kasance, kuma na san abin da zuciyar Yesu ta kasance, kuma na san farashin da suka yanke shawarar su sa mutane su kira mutane a cikin ƙasa da God ya halicce su, har da farashin gicciye - har ma da farashin sa ransa ya zama kamar mutum.

Bai zama dole ba. Ba lallai ne God ya kasance tare da mu ba, amma yana son mutanen da za su ƙaunace shi kuma su bauta masa ba domin ya hana su yin hakan ba, ba domin ya sanya yanayin da babu wanda zai iya zagayawa ba, amma saboda Hisansa ya ƙaunace mu. God ya ƙaunace mu har ya aiko da dansa cikin duniya ya mutu dominmu. Kuma Yesu ya ƙaunace mu sosai har ya ba da ransa a kan gicciye saboda mu.

To ta yaya zamu kasance masu araha? Don haka araha ne muke tsammanin za mu iya tozarta shi? Ta yaya za mu iya yin hakan?

Kuma duk abin da yake nema a gare mu shine ya ɗauki wannan rai ya kuma tsarkake shi duka. Duk abin da yake nema shi ne mu wofintar da kanmu daga abubuwan da

Shaidan ya ɗora mana, kuma mu cika da farin cikinsa, da kaunarsa, da salamarsa, da adalcinsa.

Ta yaya za mu daidaita shi? Ta yaya zamu iya tabbatar da kanmu a cikin abin da muke faɗa da abin da muke yi? Ta yaya za mu iya yin hakan? Ba za mu iya yi ba... ba za mu iya yi ba.

III. Da Yesu ya karkata fa?

Yarda da kai mummunan abu ne a wurin God. Idan da yesu yayi sulhu da shaidan a jeji, da babu fansar mutum. Kowane ɗayanmu zai hallaka cikin wuta. Da mun tafi can ba tare da wani jinkiri daga wurin Ubangiji ba, da ya yi sulhu a cikin jeji lokacin da Shaidan ke kokarin sa shi ya yarda shi Dan God ne. Bai zo duniya kamar dan God ba. Ya ɗauki sifar mutum don ya fanshi mutum ta wurin tsayuwarsa a matsayin ofan Mutum. Ya zabi zama daya daga cikin mu. Ya zaɓi ya zama "marasa daraja," domin ya kawo mu gaban God, ya ɗauke duk abin da ya saɓa wa God daga rayuwarmu; domin ya zama komai a gare mu. Ta yaya za mu tafi rabin tafiya tare da God? Ta yaya za mu yi tunanin za mu iya wucewa? **Ba wata hanya. BA WATA HANYA. Farashin da Ya biya yayi yawa.**

Ban san tsawon lokacin da na kasance a cikin mulkin lahira ba. Lokaci bai kasance ba. Akwai kawai har abada. Amma wani abu ya faru da ni a can. Kamar dai Ubangiji ya ɗauke ni a farkon lokacin da ya halicci duniya, kuma Ya sanya mutum a kan ƙasa. Na kalli duk wannan yana faruwa, kuma na ga ya sauko har zuwa lokacin da Yesu ya zama kamar mutum - cikin surar mutum. Yadda sukayi ƙoƙari su kashe shi da zarar an haifeshi. Farisawa da Sadukiyawa sun yi ƙoƙari su kashe shi; Shaidan yayi kokarin kasheshi a cikin daji. Amma ya shiga can da karfi, kuma ya fita da karfi! Amin! Ikon Ruhu Mai Tsarki!

Ya ci nasarar fansarmu a kan gicciye, amma ya ci nasara a yaƙinmu da Shaidan a cikin jeji. Ya yi wannan yaƙin ne a matsayin ofan mutum, bai yi yaƙin ba kamar ofan God. Shaiɗan ya yi ƙokari ya jarabci Yesu ya amsa kamar ɗan God, amma ba zai amsa ba kamar ɗan God. Ya sani ya zo kamar Sonan mutum, kuma dole ne ya tafi gicciye kamar ɗan mutum, ba kamar ɗan God ba. Ya sanya shi domin mu duka. **Ya sanya shi ga duniya duka.** Har zuwa ga tsararraki na zamani.

Na sake lura da abin da ke faruwa: duk abin da ya faru da Yesu da kuma a kan gicciye, da kuma bayan mutuwarsa, da kuma bayan tashinsa. Bayan tashinsa daga matattu, yanayin ya canza. Wani abu ya faru a tashin matattu. Yesu ya kammala abin da Uba ya aiko shi ya yi. Ya kasance shine ya kawo dukkan yan adam da zasu dawo gare shi ga Uba, komawa ga God, tare da gafarta zunubansu, rayuwarsu ta canza.

Lokacinda ya tashi daga matattu, littafi mai tsarki yace tsarkaka sun tashi tare dashi. Shin ba haka bane? Shin kun san me ya faru da wadancan waliyyan? **Suna can suna jiranmu mu samu waliyyi!** Suna can suna jira. Mai masaukin da babu wani mutum da zai iya lissafawa yana kallan kasa anan yana cewa, "Me ya sa ku mutane kada ku bar God ya yi abin da yake bukatar yi da ku? Kuna jinkirta lokacin zuwan Ubangiji." Ba sa tausayin ka. Suna damuwa saboda kuna ɗaukar lokaci mai yawa! Ba kwa barin God yayi aikin da yakamata yayi, saboda haka Yesu zai iya dawowa. Wannan Yesu ma ya mutu akan giciye kuma ya sake tashi. Wannan Yesu yana gafarta mana zunubanmu. Wannan Yesu ma yana zuwa. Kuma wannan shi ne abin da ya ce: "Saboda haka God kuma ya ɗaukaka shi ƙwarai, ya ba shi suna, wanda ke bisa kowane suna: Cewa da sunan Yesu kowane gwiwa ya rusuna, na abubuwa a Sama, da na duniya, da abubuwa a ƙarƙashin ƙasa; Kuma ya kamata kowane harshe ya shaida cewa Yesu Kiristi shi ne Ubangiji, domin ɗaukakar God Uba." Amin.

IV. Kowane Gwiwa Zai Yi Ruku'u

Me ya rage gare mu, mu biya wannan farashin don mu sami damar tsayawa a gabansa hakan **Zai iya sanya mu yadda yake?** To me yasa muke sasantawa? Me yasa muke kyale abubuwan duniya, da shaidan, da mutane, da abubuwa su hana mu shiga wannan wurin a cikin sa inda zamu iya sanin cewa Almasihu ne a cikin mu? Zamu iya sani cewa wannan kaunar tana canza rayuwar mu.

Wannan tunanin da Yesu yake da shi, yana ba mu - domin mu iya yin nufin Uba, ta wurin Yesu Kiristi, wanda ya mutu dominmu. Ya sake tashi, kuma babu matsala ko sun yarda da shi ko ba su yarda da shi ba. Babu damuwa ko sun kasance miyagu ko ba miyagu ba. Ba matsala inda suka tsaya a gaban God a daren yau. Ba damuwa. "Kowane gwiwa zai durƙusa, kowane harshe kuma zai furta cewa Yesu Kiristi shi ne Ubangiji." Za su yi shi, kuma suna iya yin shi cikin fushinsu ko ƙiyayyarsu, ko kuma a hallaka ransu gaba ɗaya, amma za su yi.

Ko suna so ko basa so.

Ranar da zata zo kuma zasu bayyana shi. Ba na tsammanin yana da nisa, saboda Ubangijinmu ya biya farashi domin mu cika da cikawar God - ainihin cikar God. Yesu ya biya bashin domin mu tsaya a gabansa a ranar shari'a - da gaba gaɗi mu tsaya a gabansa. Ba don ƙarfinmu ba, amma cikin tawali'u na gaskiya na Yesu Kiristi. Tsaya can da ƙanƙan da kai, a gaban dan God, domin mu zama yadda yake.

V. Menene Zai Nufi Ga Yesu?

Shin zaku iya tunanin menene ma'anar Yesu, yayin da ya ga taron da suka zama kamar shi? Zai gabatar da mulkin ga Uba. Wannan mulkin da Shaidan ya ƙwace daga God, yana tunanin yana cin nasara da shi duka. A'a, ba haka bane, domin wata rana Ubangijinmu Yesu zai ce, "Zo tare da ni. Ina so ka tafi tare da ni yayin da zan gabatar da mulkin wannan duniya. " **Mulkin da Yesu ya kawo zuwa wannan duniya.** Ba mulkin duniya ba. "Ku zo, yanzu lokaci ya yi da za mu gabatar da shi ga Uba." Me kuke tsammani Uban zai yi idan ya dube mu ya ga Yesu? Ba ya ganinmu, Yana ganin Yesu. Wannan shine abin da yake kallo yanzu, kuma yana ganin Yesu yana gyara rayuwarmu yana gyara shi domin ya iya cewa, "Ku zo, iyali, ina so in gabatar da ku ga Ubana." Yesu ya zama ofan mutum ba tare da suna ba, don mu zama 'ya'yan God - don mu kasance tare da shi.

Ta yaya muke da jijiya? Ta yaya muke tsammanin muna da jijiyar yin wannan ga Yesu? Ta yaya muke da jijiyar da za mu bar rayuwarmu ta zama mai rauni rabin kuma na cike da shaidan rabin kuma na kanmu, maimakon mu ba da shi duka ga Yesu, kuma mu bar Yesu ya fito a cikinmu? Ina ganin ya kamata mu yi la'akari da shi kuma mu ga inda muka tsaya a cikinsa, domin yana son mu tsaya a cikin cikakkiyar Uba.

Don yin haka, kowane harshe dole ne ya furta cewa Yesu Kiristi shi ne Ubangiji, don ɗaukakar God Uba. Ina fatan cewa a yau wannan saƙo ya motsa zuciyar ku kamar yadda ba a taɓa tayar muku da hankali ba a duk rayuwarku, kuma hakan zai sa ku juya ku zama "marasa mutunci," kamar Yesu. Wannan don ku gane cewa Yesu yayi mana ne, domin mu sami damar rusunawa a gabansa, mu kuma ba shi ɗaukaka. Ka ba shi ɗaukaka don kowane ƙaramin abin da ya ba mu. Kowane haske na bege, duk abin da muke da shi, Ubangiji ya bamu. Mu girgiza kanmu daga dukkan wadannan abubuwan.

VI. Duk Abinda Yake Nema shine Mu Ba Shi Dukanmu

Na san wani saurayi wanda ya yi nesa da abin da God ya ba shi. Ta yaya mutum zai yi tafiyarsa, alhali kuwa God ya yi abubuwa da yawa a rayuwarsa? Muna iya yin wasa da mutane, amma ba ma wasa da God. **Yesu ya biya duka... domin ya bamu duka abin da Uba yake da shi.** Namu ne a yau kuma duk abin da ya nema shine mu ba shi duka abubuwanmu kuma zai karɓa kuma zai ba mu duka nasa. Ya riga ya biya farashi a gare mu, domin wata rana mu tsaya a gabansa gabagaɗi kuma mu sani cewa ya yi mu yadda yake, ta jininsa mai daraja, da kuma cikin sunansa mai girma. Ya canza rayuwarmu.

God yana cewa, "Ku miƙa duka ga Yesu."

Za ku haɗu da wannan saƙon a kan hanyar zuwa wani wuri. Kun ji shi kuma God zai dora muku alhakin. Za ku haɗu da shi a hanya. Ina baku shawarar haduwa da shi kafin hukunci ya zo. Ina fata kun yanke shawara yau don barin Yesu ya kasance duka cikin ku. Ina fatan kun sa komai a ƙafafun Yesu, ku bar shi ya zama muku Ubangijin iyayengiji kuma Sarkin sarakuna. Ku yabi sunansa.

"... God ne wanda ke aiki a cikinku duka biyu na nufin aikatawa da kuma aikata nufinsa ... Domin ku zama marasa aibu kuma marasa aibu, 'ya'yan God, ba tare da tsautawa ba, a tsakiyar karkatacciyar al'umma karkatacciya, a tsakanin su kuke haskakawa kamar hasken duniya; Riƙe maganar rai; domin in yi farin ciki a ranar Kristi, cewa ban yi gudu a banza ba, ban yi wahala a banza ba." Filibbiyawa 2:13, 15, 16

Addu'a karshe

Uba, mun gode maka. Yesu, muna gode maka da ka zama "ba mutumci" kamar na mutum. Kuma, Ubangiji, muna mamakin yadda zaka mutu saboda irin waɗannan. Ya God, kai kaɗai za ka ce mu "ba mu da daraja" sai a cikin Yesu. Ya Ubangiji, a wannan daren, Ka fitar da Ruhunka a cikinmu. Bari tuba ta gaskiya ta zo ga kowane zuciyar mu, cewa wannan haske da ke cikin mu zai kara haske; domin muyi tafiya ba tare da sassauci ba a wannan duniyar a yau; cewa haske zai haskaka da haske har zuwa cikakkiyar rana. Muna ba ka daukaka. Muna gode Maka da wannan Kalmar. Muna roƙonka, ya Allahnmu, ka kawo mu ga fahimtar cewa babu sassauƙa ga God. Duk yana cikin duka ko babu kwata-kwata. A yau, ya Ubangiji Yesu, ka yi magana da zuciyarmu game da duk abin da muke ƙoƙarin sasantawa da shi. Muna roƙon Ka, Yesu, ka dauke mu, kuma bari mu ga kanmu kamar yadda kake ganin mu, domin mu tsaya a gabanka, an 'yantar da mu cikin hasken Kristi don a bayyana a cikinmu. Muna gode maka, ya Ubangiji, saboda wannan Kalmar. Muna gode maka da kunnuwan da suka ji shi da kuma zukatan da suka karbe shi, kuma, ya Ubangiji, muna ba ka daukaka game da shi yanzu, da za ka kawo shi. Da Sunan Ka Mai Al'ajabi muke roƙon sa, kuma don ɗaukakarka. Amin.

DUBAWA: BABU SUNA

GASKIYA KO KARYA

1. ___ Yesu ya bar wani sashi kawai daga abinda yake cikin sama domin ya zama kamar
mutum.

2. ___ Yesu bai riga ya ƙwace dukan ɗaukakarsa daga hannun abokan gaba ba.

3. ___ God ne kaɗai zai iya fansar mutum.

4. ___ Yanzu Yesu yana da irin wannan dangantakar da Uba kamar yadda yake da shi kafin ya zo duniya.

5. ___ Zamu iya bin tafarkin duniya.

6. ___ Ya kamata ya bamu kunya muyi tunanin wata hanya ba hanyar God ba.

7. ___ God ya halicci mutum don yardarsa duk da cewa ya san mutum zai fada hannun Shaiɗan.

8. ___ God yana son mutanen da zasu ƙaunace shi kuma suyi masa bauta, ba wai don ya hana su aikata hakan ba, ba don ya sanya yanayin da babu wanda zai iya zagayawa ba, amma saboda dansa ya ƙaunace mu.

9. ___ Yesu ya ci nasara a yakinmu a kan gicciye.

10. ___ Yesu ya kammala abin da Uba ya aiko shi ya yi a tashin matattu.

11. ___ Waliyan God suna jiran ku kuma ni zan kyale God yayi abinda yake buƙatar yi da mu.

12. ___ We could never have the same mind Jesus had.

13. ___ Kowane gwiwa zai durƙusa kuma kowane harshe zai furta cewa Yesu Kiristi shi ne Ubangiji.

14. ___ Idan muka tsaya a gabansa a ranar shari'a, zai kasance cikin tawali'u na gaskiya na Yesu Kiristi.

15. ___ Yesu zai gabatar da shi ga mahaifin taron mutane da yawa wadanda suka zama kamar shi.

16. ___ Ya zama dan mutum ba tare da suna ba, don mu zama 'ya'yan God.

17. ___ Muna iya yin wasa tare da mutane, amma ba ma wasa tare da God.

18. ___ Duk wani haske na bege, komai muke dashi, Ubangiji ya bamu.

19. ___ Duk abin da yake nema a gare mu shi ne ya ɗauki wannan rai ya kuma tsarkake shi duka.

20. ___ Wannan sakon yakamata ya motsa zukatanmu, kuma yasa mu juya mu zama "marasa daraja" kamar Yesu.

CHAPTER 7
MAKIYAYA DA TUMAKI

BARI MU TAFI kai tsaye zuwa ga Littafi Mai-Tsarki don ganin abin da zamu iya koya yadda God yake buƙatar Fastoci da Shugabanni ko Makiyaya suyi halin garken sa.
    Bari mu karanta Ezekiyel 34.
    Ezekiyel 34: Sa'an nan maganar Ubangiji ta zo gare ni tana cewa, 2 "Sonan mutum, ka yi annabci gāba da makiyayan Isra'ila. Yi annabci kuma ka faɗa wa waɗannan makiyayan, 'In ji Ubangiji God, "kaito ya tabbata, makiyayan Isra'ila da suka ciyar da kansu! Bai kamata makiyaya su ciyar da garken ba? 3 Kuna cin kitse kuma kuna saye da ulu, kuna yankakkun tumaki masu ƙiba ba tare da kiwon garken garken ba. 4 Waɗanda ba su da lafiya ba ku ƙarfafa ba, ba ku warkar da marasa lafiya ba, karyayyar ba ku ɗaure su ba, warwatse ba ku komo da su ba, kuma ba ku nemi ɓatattu ba; amma da karfi da tsananin kun mamaye su.
    Karanta ayoyi masu zuwa ka cika wuraren da ke wannan jadawalin

What those Shepherd were doing	What True Shepherds would do

Abin da makiyaya na gaske zasu yi
Abin da waɗannan makiyayan suke yi

When people in our care fall into false beliefs, wander away, become offended or simply stop attending our services, we can easily blame them or become disgusted at their behavior. Wannan ba abin da God yake so bane a cikin makiyayi mai kyau.

Karanta aya ta (biyar) 5 ka bayyana abin da Makiyayi mai kyau yake yi yayin da tunkiya da ke hannunsu ta ɓace".

5 Sun warwatse saboda rashin makiyayi, suka zama abinci ga kowane namomin jeji kuma suka warwatsu. 6 Tumakina sun watse, suna yawo a kan dukan duwatsu da tuddai, sun warwatsu a duniya duka, ba wanda zai nemo su.

Me God ya ce a cikin ayoyi masu zuwa cewa zai yi game da marasa kulawa da makiyaya masu son kai?

_____

_____

. . .

7 Domin haka, ku ji maganata, ku makiyaya. 8 Ni Ubangiji God na ce, 'Hakika da yake tumakina sun zama ganimar dukan namomin jeji, saboda rashin makiyayin kirki, makiyayana kuma ba su nemo su ba, amma suka yi kiwon kansu, ba su yi kiwon tumakin ba, 9 to, ku makiyaya, sai ku saurara ga maganata. 10 Ga shi, ina gāba da ku, zan nemi tumakina a hannunku. Zan hana ku yin kiwon tumakin, ku kuma ba za ku ƙara yin kiwon kanku ba. Zan ƙwace tumakina daga hannunku, domin kada su ƙara zama abincinku.

Har ila yau, lura cewa akwai canjin canji a cikin kalmomin. Maimakon God yayi magana game da "garken" sai ya fara cewa, "garkena".

11 "Ni Ubangiji God na ce, ni kaina zan nemi tumakina. 12 Kamar yadda makiyayi yakan nemo tumakin da suka watse daga cikin garkensa, haka zan nemi tumakina. Zan cece su daga dukan wuraren da aka watsar da su a ranar gizagizai da baƙin duhu.

Wannan shine abin da God, wanda shine makiyayi mai kyau, yayi alƙawarin zai yi wa garkensa.

13 Zan fito da su daga cikin sauran al'umma, in tattaro su daga ƙasashe dabam dabam, in kawo su ƙasarsu, in yi kiwonsu a kan tuddan Isra'ila, kusa da maɓuɓɓugai, da cikin dukan wuraren da mutane suke zaune a ƙasar. 14 Zan yi kiwonsu a makiyaya mai kyau. Kwanƙolin tuddan Isra'ila zai zama wurin kiwonsu. Za su

kwanta a makiyaya mai kyau, za su yi kiwo a makiyaya mai dausayi a kan tuddan Isra'ila. 15 Ni kaina zan yi kiwon tumakin, in ba su hutawa, ni Ubangiji God na faɗa.

16 "Zan nemo ɓatattu, in komo da waɗanda suka yi makuwa, in ɗora karyayyu, in ƙarfafa marasa ƙarfi, amma zan hallaka ƙarfafan makiyayan nan masu taiɓa, zan hukunta su.

A CIKIN AYOYI NA GABA AKWAI ! ARIN GAME DA WA'ADIN wanda yake nuna wani ɓangare ga Sarki Dawuda amma a ƙarshe ga Yesu wanda ya fito daga zuriyar Dauda.

23 Zan sa musu makiyayi guda, wato bawana Dawuda. Zai yi kiwonsu, ya zama makiyayinsu. 24 Ni kuma, Ubangiji, zan zama Allahnsu. Bawana Dawuda kuwa zai zama sarkinsu.' Ni Ubangiji na faɗa.

A CIKIN YAHAYA (GOMA) 10 YESU YA CE GAME DA KANSA, "**Ni ne Makiyayi Mai Kyau** … (Wanda) ya ba da ransa saboda tumakin". Wataƙila yana nufin Ezekiyel 34, tunda akwai abubuwa da yawa da suke kamanceceniya. Lokacin da Yesu ya faɗi haka sai shugabannin addinai da suke saurara suka fusata ƙwarai, suka ɗauki duwatsu don su kashe Yesu. Perhaps sun san sashi a cikin Ezekiel kuma sun fahimci cewa yesu yana maganar su da cewa sune makiyaya marasa kulawa. God yana shirye ya cika wannan alkawarin ta wurin dansa.

7 Don haka Yesu ya sāke ce musu, "Lalle hakika, ina gaya muku, ni ne ƙofar tumakin. 8 Duk waɗanda suka riga ni zuwa cewa, su ne ni, ɓarayi ne, 'yan fashi kuma,

amma tumakin ba su kula da su ba. 9 Ni ne ƙofar. Kowa ya shiga ta wurina zai sami ceto, ya kai ya kawo, ya kuma yi kiwo. 10 Ɓarawo yakan zo ne kawai don sata da kisa da hallakarwa. Ni kuwa na zo ne domin su sami rai, su kuma same shi a yalwace. 11 Ni ne makiyayi mai kyau. Makiyayi mai kyau kuwa shi ne mai ba da ransa domin tumakin. 12 Wanda yake ɗan asako kuwa, ba makiyayin gaske ba, tumakin kuma ba nasa ba, da ganin kyarkeci ya doso, sai ya watsar da tumakin, ya yi ta kansa, kyarkeci kuwa ya sure waɗansu, ya fasa sauran. 13 Ya gudu ne fa, don shi ɗan asako ne, ba abin da ya dame shi da tumakin. 14 Ni ne Makiyayi mai kyau. Na san nawa, nawa kuma sun san ni, 15 kamar yadda Uba ya san ni, ni kuma na san Uban. Ina ba da raina maimakon tumakin."

Yesu ya bayyana a sarari cewa **ba ya maganar Isra'ilawa kawai yake yi ba yayin** da yake cewa, "garkena"". Ya zo ya ba da ransa domin mutane a duniya su sami damar zuwa cikin "garken tumakin".

Yahaya 10:16 Ina kuma da waɗansu tumaki da ba na wannan garke ba ne. Su ma lalle in kawo su, za su kuwa saurari muryata, su zama garke guda, makiyayi kuma guda. 17 Domin wannan uba yake ƙaunata, domin ina ba da raina in ɗauko shi kuma. 18 Ba mai karɓe mini rai, don kaina nake ba da shi. Ina da ikon ba da shi, ina da ikon ɗauko shi kuma. Na karɓo wannan umarni ne daga wurin Ubana."

Yesu ya kira kowane almajiransa da wannan kira, "Bi ni" Sannan Ya ƙara, **"Zan maishe ku masuntan mutane."** Bayan mutuwar Yesu, lokacin da duk almajiran suka gudu kuma Bitrus ya musanta shi sau 3, Yesu ya sami Bitrus. Ya kasance kamun kifi, ba don mutane ba, amma don kifi -

kuma ba su kama komai ba. Yesu ya bayyana a gare su kuma ya kalubalanci Bitrus.

Karanta Yohanna 21: 15-17. Bayyana abin da Yesu ya ƙalubalanci kuma ya kira Bitrus ya yi:

_____

_____

Shin hakan yana nufin cewa an kira Bitrus ya zama Makiyayi ne? Yesu yana kiran sabon tsari ne na Makiyaya?

Yi tunani game da waɗannan tambayoyin yayin karanta 1 Bitrus 5: 1-4. Ka tuna cewa Bitrus da kansa yake rubuta wannan wasiƙar.

1 Bitrus 5: 1 Don haka, ku dattawan ikkilisiya da suke cikinku, ni da nike dattijon ikkilisiya, ɗan'uwanku, mashaidin shan wuyar Almasihu, mai samun rabo kuma a cikin ɗaukakar da za a bayyana, ina yi muku gargaɗi, 2 ku yi kiwon garken God da yake tare da ku, ba a kan tilas ba, sai dai a kan yarda, ba ma don neman ribar banza ba, sai dai da himma. 3 Kada ku nuna wa waɗanda suke hannunku iko, sai dai ku zama abin koyi ga garken nan. 4 Sa'ad da kuma Sarkin Makiyaya ya bayyana, za ku sami kambin ɗaukaka marar dusashewa.

BITRUS YANA KIRAN DATTAWA DAGA CIKINSU, "'YAN'UWA dattawa". Bai ɗaga kansa sama da su ba amma ya ɗaga Kristi a matsayin Babban Makiyayi kuma dukansu har da kansa a "Underarƙashin Makiyaya". Waɗannan "Sabon tsari" na Makiyaya suna ƙarƙashin shugabancin Kristi. **Garkensa** ne muke kulawa. Yesu yana kula da mutanensa daga hannun makiyaya marasa kulawa - Farisiyawa da doka, kuma yana sanya su ƙarƙashin kulawar mazaje waɗanda Ruhu Mai Tsarki ya basu iko kuma suka bishe su..

Bari mu karanta Ayukan Manzanni sura 20:28

Ayyukan Manzanni 20:28 Ku kula da kanku, da kuma duk garken da Ruhu Mai Tsarki ya sa ku ku zama masu kula da shi, kuna kiwon Ikkilisiyar God wadda ya sama wa kansa da jininsa.

Bulus ya kira dattawan (PRESBUETROS) na cocin ya kuma ƙalubalance su da su zama masu kulawa (EPISKOPOS) (Duba aya ta 17)

- Dole ne su "kiyaye" garken
- **Ruhu Mai Tsarki shine ya sanya su masu kula** ba Bulus ba. Wasikun Bulus sun sanar da mu cewa Timothawus, Titus da Bulus duk sun zabi shugabanni a kowace cocin da suka kafa kuma suka sanya su a matsayin shugabanni
- Ya kamata su yi kiwon Ikklisiya na Yesu ne wanda ya biya bashinsa da jininsa.
- Aya ta 31 Sun kasance "Ku kasance a faɗake" saboda "mugayen kyarketai"
- Aya ta 35 Bulus ya tunatar da su cewa Yesu ya koya musu, "Bayarwa ta fi karɓa karɓa". Bulus yayi amfani da ransa a matsayin misali yadda ya biya bukatun kansa ta wurin aikin hannuwan sa. Bai dauki komai a wurinsu ba.

Jagorancin mu, ya zama na Kristi, ba zai iya zama kamar makiyaya a cikin Ezekiyel 34 ba, wanda "da ƙarfi da tsanani ... mamaye su". Dole ne ya kasance tare da kauna. Yesu ya tambayi Bitrus, "kana ƙaunata?" Ya tambaye shi sau uku kamar yadda Bitrus ya yi musun saninsa sau uku. Yesu ya ce makiyayi mai kyau, "yakan ba da ransa saboda tumakin". Irin wannan **ƙaunar tana zuwa**

ne kawai daga Ruhu Mai Tsarki ta wurin mu. Zai iya bamu iko mu kaunaci garkensa da kaunarsa kuma mu kula da su, mu kiyaye su, mu ciyar da su, mu yi kiwonsu, mu kare su, kuma mu bishe su.

Makiyayin Dauda Zabura ta 23 tana bayyana zuciyarsa ga Ubangiji, makiyayinsa mai kyau. Duk cikin rikice-rikice da nasarorin rayuwarsa Ubangiji ya kasance makiyayi mai kyau a gareshi. Fahimtar ƙaunar God a gare shi a kowane yanayi ya kuma sa Dauda ya zama makiyayi mai kyau ga mutanensa lokacin da ya zama shugaban al'ummar. Idan muka ƙyale God ya ƙaunace mu kuma ya Kiyaye mu, mu ma za mu koyi zama makiyaya masu ƙauna.

Bari mu Karanta Zabura 23:

1 Ubangiji makiyayina ne,
Ba zan rasa kome ba.
2 Yana sa ni in huta a saura mai ɗanyar ciyawa,
Yana bi da ni a tafkuna masu daɗin ruwa, suna kwance lif.
3 Yana ba ni sabon ƙarfi.
Yana bi da ni a hanyar da suke daidai kamar yadda ya alkawarta.
4 Ko da hanyan nan ta bi ta tsakiyar duhu na mutuwa,
Ba zan ji tsoro ba, ya Ubangiji,
Gama kana tare da ni!
Sandanka na makiyayi da kerenka
Suna kiyaye lafiyata.
5 Ka shirya mini liyafa
Inda maƙiyana duk za su iya ganina,
Ka marabce ni, ka shafe kaina da mai,
Ka cika tanduna fal da mai.
6 Hakika, alherinka da ƙaunarka

Za su kasance tare da ni muddin raina.
Haikalinka zai zama gidana har abada.

Dauda ya rubuta wannan "Zabura Makiyayi" don ya nuna mana yadda makiyayi nagari yake da gaske. Addu'a yanzu God zai cika ku da Ruhunsa kuma ya sa ku zama **makiyayi mai kyau** na garkensa domin wata rana duk za mu tsaya a gabansa saboda abubuwan da muka faɗa kuma muka aikata da kuma yadda muka kula da mafi ƙanƙan waɗannan 'yan'uwanmu.

BINCIKEN: MAKIYAYA DA TUMAKI

Tambayoyin Tattaunawa

A cikin kalmominku, ku bayyana waɗannan kalmomin a cikin 1 Bitrus 5, waɗanda ke taimaka mana fahimtar menene makiyayi mai kyau:

1. ba a tilastawa ba, amma da son rai
2. bisa yardar God
3. ba don cin riba ba
4. tare da ɗoki
5. ba yin shugabanci a kansu
6. zama misalai ga garken
7. karɓi "rawanin ɗaukaka mara daukaka"

Review Questions

1. A cikin littafin Ezekiyel 34 God yayi magana ta bakin annabin game da makiyaya wadanda basa yiwa tumakin God hidima sosai. **Zaɓi** hanyoyi 6 da kuka samo a cikin wannan babi cewa ba sa yin kyau.

    a. Suna ciyar da kansu ne maimakon tumakin
    b. Samun Kitsen tumaki
    c. Sutura kansu da ulu

d. Tattara tumaki
   e. Rashin kulawa da marassa lafiya
   f. Kare tumakin
   g. Ba ja da baya warwatse
   h. Haƙuri da koyar da garkensu
   i. Neman nufin God ga tumaki
   j. Jagora da misalansu
   k. Mamaye su da karfi da tsananin
   l. Yin warkarwa ga masu wahala

2. A cikin Yahaya 10:16 Yesu yayi bayanin cewa tumaki yaran Isra'ila ne kawai
   a. T
   b. F

3. Lokacin da Yesu ya sadu da Bitrus a bakin teku bayan ya musanta shi, ya yi masa tambaya sau 3
   a. Bitrus, "Kana kaunata?"
   b. Shin za ku yi kifi don maza?
   c. Shin zaku jagoranci coci na?
   d. Shin zaka sayar da duk abinda kake dashi ka biyo ni?

4. Menene Yesu ya gaya wa Bitrus ya yi, sau uku yana bin kowace tambaya?
   a. Tattara almajirai kowace rana
   b. kamun kifi da rana
   c. Ciyar da tumakina

. . .

5. TARE DA BITRUS AN KAFA SABON TSARI NA KIWO WANDA Kristi yake so kuma zai so tumaki da kaunarsa.
   a. True
   b. False

6. KALLON KU NEMAN 1 BITRUS 5: 1-4. ZABI HANYOYI GUDA shida (6) da Bitrus ya gargadi shugabannin suna jagorantar "garkensu"
   a. Ba a tilastawa ba amma da son rai
   b. Mamaye su da karfi
   c. Samun Kitsen tumaki
   d. Bisa ga yardar God
   e. Ba don riba mai wahala ba
   f. Fatsar da tumakinku
   g. Ka sanya su yin abin da kai ma ba za ka yi ba
   h. Tare da kwazo
   i. Ba a mallake su ba
   j. Ku zama misalai ga garken
   k. Bi da su sosai
   l. Karbi kambin daukaka wanda ba ya shuɗewa

7. WANE ALKAWARI MUKA SAMU A 1 BITRUS 5: 4 DON makiyaya masu aminci waɗanda suke bin waɗannan gargaɗin?
   a. Ku sami manyan majami'u a cikin garuruwan ku
   b. Ci gaban ikklisiya mai mahimmanci
   c. Za ku karɓi rawanin ɗaukaka lokacin da ya bayyana
   d. Kudaden ku zasu bunkasa ta hanyar mu'ujiza

CHAPTER 8

BANGASKIYA TANA AIKI DA KAUNA

Adu'a Farko
  Uba, muna yabonka. Muna gode maka, saboda kasancewarka mai tsarki. Mu, mun gode, da ka girmama mu tare da kasancewar ka. Mu, Mun gode maka, saboda girmama mu Ubangiji, da ya zama bayinka masu yi maka biyayya. A yau, Yesu, ka yi magana a zuciyarmu. Ka bayyana maganar a gabanmu domin mu rubuta ta a zuciyarmu, don kar muyi maka zunubi. Don Kalma Mai Rai, na gode maka Yesu. Ka albarkaci wannan mutane Yesu da wadatacciyar ni'imarka. Oh, God,
  Ka san kowace bukata kuma Kai ne wanda zai iya biyan wadannan bukatun. Muna gode maka Ya Ubangiji Yesu. Uba, muna gode maka saboda Maganar God. Muna gode maka yanzu saboda abin da kuke yi a kowane rayuwarmu. Shirye mu ne da Kai za kayi duk inda ka zaba mana mu tafi. Mu, mun gode, Yesu. Ubangiji, ka bar wannan Kalmar ta zama yadda kake so ya zama ga kowannenmu kuma muna daukaka sunanka kuma muna ba ka daukaka cikin sunan Yesu. Amin.

I. Domin Mu Ta Ruhu Muna Jiran Fatan Adalci ta Bangaskiya

Bari mu juya zuwa Galatiyawa sura 5. Ina tsammanin wannan babi yana da mahimmanci ga kowane rayuwarmu. Ubangiji yayi mani magana da sassafe game da shi.

1 Almasihu ya 'yanta mu, 'yantawar gaske. Don haka sai ku dāge, kada ku sāke sarƙafewa a cikin ƙangin bauta.

2 To, ni Bulus, ina gaya muku, in kuna yarda a yi muku kaciya, Almasihu ba zai amfane ku kome ba ke nan. 3 Ina sāke tabbatar wa duk wanda ya yarda a yi masa kaciya, cewa wajibi ne ya bi dukkan Shari'a. 4 Ku da kuke neman kuɓuta ga God ta wurin bin Shari'a, kun katse daga Almasihu ke nan, kun noƙe daga alherin God. 5 Gama mu, ta wurin ikon Ruhu, muke ɗokin cikar begen nan namu na samun adalcin God saboda bangaskiya. 6 In muna a cikin Almasihu Yesu, kaciya da rashin kaciya ba a bakin kome suke ba. Bangaskiya mai aikata ƙauna ita ce wani abu.

7 Dā, ai, kuna ci gaba sosai. Wane ne ya hana ku bin gaskiya? 8 Wannan rarrashin da ake muku ba daga wanda ya kira ku ba ne. 9 Ai, ɗan yisti kaɗan, yake game dukkan curin gurasa. 10 Na dai amince da ku a cikin Ubangiji, ba za ku bi wani ra'ayi dabam da nawa ba. Wannan da yake ta da hankalinku kuwa zai sha hukunci, ko shi wane ne. 11 Amma 'yan'uwa, in da har yanzu wa'azin yin kaciya nake yi, to, don me har yanzu ake tsananta mini? In da haka ne, ashe, an kawar da hamayyar da gicciyen Almasihu yake sawa ke nan! 12 Da ma a ce masu ta da hankalinku ɗin nan su mai da kansu babanni!

13 Ya ku 'yan'uwa, don 'yanci musamman aka kira ku,

amma kada ku mai da 'yancin nan naku hujjar biye wa halin mutuntaka, sai dai ku bauta wa juna da ƙauna. 14 Don duk Shari'a an ƙunshe ta ne a kalma guda, wato, "Ka ƙaunaci maƙwabcinka kamar kanka." 15Amma in kuna cin naman juna, ku mai da hankali fa, hanyar hallaka juna ke nan.

16 Maganata ita ce, ku yi zaman Ruhu, ba kuwa za ku biye wa halin mutuntaka ba. 17 Don halin mutuntaka gāba yake yi da Ruhu, Ruhu kuma yana gāba da halin mutuntaka. Waɗannan biyu gāba suke yi da juna, har ba kwa iya yin abin da kuke so. 18 In Ruhu ne yake bi da ku, ashe, Shari'a ba ta da iko da ku, ke nan.

19 Aikin halin mutuntaka a fili yake, wato, fasikanci, da aikin lalata, da fajirci, 20da bautar gumaka, da sihiri, da gāba, da jayayya, da kishi, da fushi, da sonkai, da tsaguwa, da hamayya, 21 da hassada, da buguwa, da shashanci, da kuma sauran irinsu. Ina faɗakar da ku kamar yadda na faɗakar da ku a dā, cewa masu yin irin waɗannan abubuwa, ba za su sami gādo a Mulkin God ba.

22 Albarkar Ruhu kuwa ita ce ƙauna, da farin ciki, da salama, da haƙuri, da kirki, da nagarta, da aminci, 23 da tawali'u da kuma kamunkai. Masu yin irin waɗannan abubuwa, ba dama shari'a ta kama su. 24 Waɗanda kuwa suke su na Almasihu Yesu ne, sun gicciye halin mutuntaka da mugayen sha'awace-sha'awace iri iri.

25 In dai rayuwar tamu ta Ruhu ce, to, sai mu tafiyar da al'amuranmu ta wurin ikon Ruhu. 26 Kada mu zama masu homa, muna tsokanar juna, muna yi wa juna hassada.

. . .

SHIN WANNAN BA KALMA CE MAI KARFI BA?

"Gama mu ta wurin Ruhu muna sauraron begen adalci ta wurin bangaskiya." (Gal. 5:5)

An maida mu adalai cikin Almasihu tare da adalcin sa. There's one little word here. Did you catch it? **Kauna.**

Wani lokaci ta yadda muke aikata wa junanmu ba za mu san cewa muna ƙaunar juna ba. Ina yabon Ubangiji saboda kaunar God. God yana canza rayuwarmu saboda muna da kaunarsa, muna da abubuwa da yawa har yanzu a rayuwarmu wadanda suke yaki da kaunarsa. Shin wannan ba gaskiya bane? Don haka me zai faru a nan? Wani abu ya kamata ya canza. Kaunarsa ba za ta canza ba don haka dole ne mu canza. Dole ne mu kyale shi ya canza mu. Yanzu, Na sani a matsayinmu na ɗan Adam muna da matukar damuwa. Idan muna cikin jiki mun ma fi damuwa, kuma muna neman matsala, mun same shi. Kuna same shi har ma a tsakanin waɗanda suke ƙaunarku saboda mu, bamu fito daga cikin dajin nan.

Abin da Bulus yake faɗa a bayyane yake. A farko akwai hanya daya tak da soyayyar mu zata gudana kuma imanin sa yana aiki a cikin mu. Yana magana ne game da bangaskiya game da "ba tare da ayyuka ba", imaninmu ba shi da kyau a gare mu. Yanzu, akwai "ayyuka" da yawa a duniya a yau kuma suna ta "bangaskiya" amma ba da gaske ta bangaskiya ba. Suna kiran shi imani amma suna shirya komai kuma babu wani wuri ga God don tsara komai. Suna kiran ayyukansu "ta wurin bangaskiya." Amma God yana da wata hanya ta Ruhunsa wanda yake so ya shugabance mu, ba ƙarƙashin doka ba, amma ta wurin alheri.

Yanzu ina tsammanin cewa alheri yana da haƙuri, ko

ba haka ba? Ba kamar doka bane. Wani lokaci muna samun kamar doka shin ba haka bane kuma bamu lanƙwasa ta kowace hanya ba? Mun sami irin wannan "wannan shine yadda yake", kun sani? Amma alheri yana zuwa tare da faɗi, "Bari mu yi mata jinƙai." Sannan zamu koya ba kowa bane yake matakin ruhaniya kamar yadda muke.

To God na da kyau. Ba ya auna mu da kanmu ko junanmu. Ya auna mu da haskensa. Muna tafiya cikin hasken sa, ba cikin hasken mu ba, bawai kuna tafiya cikin haske na bane, Bana tafiya a cikin hasken ku, ina tafiya cikin hasken Ubangiji. Yana ba ku sannan kuma dole ne ku yi tafiya a ciki. Akwai wasu abubuwa da ya kamata mu yi yayin da muke tafiya tare da Yesu. Ya ce idan muna rayuwa cikin ruhu, to dole ne mu yi tafiya cikin Ruhu kuma wani lokacin namanmu yakan shiga hanya. Mun rikice. Ubangiji a bayyane yake a nan, abin da ke na Ruhu da abin da ba na Ruhu ba. Idan muka samu wucewa a wannan karamin yankin da ba Ruhunsa ba, muna bukatar mu gane shi nan da nan kuma mu yi wani abu game da shi.

Ya ce idan Ruhu ne ke bishe mu, muna karkashin alheri, ba ma karkashin doka. Dole ne mu tuna cewa ba ma ƙarƙashin doka. Wataƙila ɗan'uwanmu da 'yar'uwarmu ba sa ganin abubuwa daidai yadda muke ganin sa amma ka tuna, ba sa tafiya a cikin hasken ka, suna tafiya ne a cikin hasken da ya ba su. Yanzu ka tuna lokacin da muka zo wurin Yesu, yakan canza rayuwar mu. Ya kawo mu ga mulkinsa. A cikinsa rayuwa take kuma idan muka ba shi damar ya zo cikin rayuwarmu, kuma an gafarta mana zunubanmu to, wani abu ya faru a cikinmu.

Muna cikin sabuwar masarauta. Ba ma ƙarƙashin doka amma muna ƙarƙashin alheri kuma alheri ya yalwata mana. **Dole ne mu yi hankali cewa ba muna ƙoƙari mu jawo wani ta hanyar da muke so su tafi ba amma muna jagorantar su zuwa ga Kristi.** Kiristi nasa a cikin mu shine begen ɗaukaka. Ba yadda wani yake tunani game da shi ba, ba yadda muke tunani game da shi ba, amma Yesu ne a cikin mu.

Shi ne wanda ya kawo Ruhunsa kuma ya sa muyi tafiya cikin Ruhunsa. Lokacin da muke tafiya cikin Ruhunsa kalmar tana cewa bamu cika abubuwan jiki ba. Ya kamata mu gane cewa yana faɗin abu biyu. Yana cewa ayyukan jiki abu daya ne amma 'ya'yan Ruhu shine kauna. **God yana cewa mana, kuyi tafiya, gwargwadon yadda zaku iya barin ayyukan jiki;** tafi kai tsaye kan gicciye ka tafi wurin Yesu. A cikin zuciyar ka dole ne ka sami azamar cewa za ka raba kanka da wannan naman. Ba zaku yarda jiki ya yi mulki ba amma za ku je gaban gicciye, za ku ba wa Yesu kuma kun ƙuduri aniyar ku sami 'yanci. Yanzu ya ce, "kada ku yi amfani da wannan 'yanci don lokacin jiki" wani lokaci kuma muna yi, amma God zai yi mana magana game da shi.

II. Dokar Ruhun Rai Cikin Almasihu Yesu

Ya ce idan Ruhu ne ke bishe mu, muna ƙarƙashin sabuwar doka. Wannan dokar da muke da ita ta Ruhun God a ƙarƙashin alheri ita ce dokar Ruhun rai cikin Almasihu Yesu. Ya 'yantar da mu daga dokar zunubi da ta mutuwa. Krista da yawa har yanzu suna rayuwa ƙarƙashin dokar zunubi da ta mutuwa. Ba su san cewa akwai wata sabuwar doka da ke aiki a cikin su ba kuma suna buƙatar ƙyale Yesu ya kula da abubuwan da ya kamata a yi. Muna da sabuwar doka a cikinmu kuma dokar ita ce dokar Ruhun Rai a cikin Kristi Yesu. Yanzu tare da wannan dokar akwai 'ya'yan itace wanda ya fito daga wannan sabuwar dangantakar da muke da shi tare da Yesu. Thea ofan dokar rai ita ce ƙaunar God, farin cikin God, salamarSa, haƙurinsa, tawali'u, kirki, aminci, tawali'u, kamewa, irin waɗannan babu wata doka.

Ka tuna cewa, babu wata doka da ta hana hakan. Akwai dokoki game da ayyukan jiki. Idan muka fita can muna yin ayyukan jiki, muna da alhakin ƙarewa a kurkuku amma ba tare da dokar Ruhun Rai ba. Mun 'yantu daga dokar zunubi da mutuwa. Ba ma karkashin wannan dokar. Ba ma can muna yin zunubi kamar yadda duniya take yi ba amma ya kamata mu tuna cewa akwai hanyar da dole ne mu yi tafiya. Dole ne muyi tafiya cikin ruhu.

Akwai abubuwan da dole ne Ubangiji yayi. Yawancin ceto dole ne ya zo mana, ba haka bane? Dole ne a 'yantar da mu daga tsohuwar dokar zunubi da mutuwa. Now when we're water baptized; the Bible says the old man is buried. Isn't that exciting?

Na tashi Banazare kuma dole ne kuyi fada da tsohon duk tsawon rayuwar ku. Amma wata rana Ubangiji ya nuna min ba gaskiya bane. Yayi karfi kwarai da yadda ya nuna min shi. Ina cikin hidimar baftisma cikin ruwa kwatsam, Ubangiji ya dauke ni zuwa wani daula wanda ban san komai game dashi ba. Ganawar ta dauki tsawon awanni biyu duka. Ya dauke ni zuwa kabarin ruwa tare da shi kuma ya nuna min abin da ake nufi da yin baftisma cikin ruwa zuwa cikin mutuwarsa.

Muna dauke da tsohon mutumin nan; mun binne shi

kuma yanzu baya cikinmu. Sannan muka fahimci mun fito da sabuwar halitta, sabuwar halitta tare da sabuwar rayuwa a cikinmu kuma tsoffin abubuwa sun shude. Doka ta cika amma alheri yana zuwa wurin tare da mu. Kamar yadda Ubangiji ya ba ni wannan ƙwarewar, Ya saukar da ni kasa; Ya karɓi makullin daga wurin Shaidan ya miko mini su. Lokaci ne mai ban mamaki. Daraja da kasancewar Ubangiji sun cika falo yayin da ya fara bayyana kalmarsa yadda take, kamar yadda yake gare mu a yau.

Bai kamata mu yi gwagwarmaya da tsohon mutumin zunubi ba, dole ne mu kawar da shi ta wurin baftismar ruwa. Bada shi ga Yesu kuma ya binne shi a can. Ka gani, ba za mu iya samun gafara ba saboda ba mu aikata shi ba. Zamu iya daukar tsohon mutumin da yayi zunubi ya binne shi. Hakkin to namu ne, ba za mu iya ɗora wa tsohon mutumin zunubi ba.

Bayan baftismar ruwa idan akwai abubuwa a rayuwarmu, dole ne mu tuna muna da alhakin fitar da su da kuma kawar da su. Tsoho… cewa halin zunubi ya mutu kuma an binne shi don haka ba za mu ƙara zargin sa ba. Kiristoci suna zargin tsohuwar dabi'ar zunubi idan sunyi wani abu ba daidai ba amma baya aiki saboda kalmar tana faɗi cewa halin zunubi ya mutu kuma an binne shi ta wurin baftisma ta ruwa kuma yanzu kuna da lissafi kuma dole ne ku tsaya a gaban God.

III. Idan Muna Taf God ya ce a nan ina da sabon tafiya domin ku, tafiya ne cikin Ruhu iya Cikin Ruhu To Muna Tafiya Cikin Kaunarsa

God ya ce a nan ina da sabon tafiya domin ku, tafiya ne cikin Ruhu. Idan kuna rayuwa cikin Ruhu to kuna tafiya cikin Ruhu. Abin da ke faruwa ga mutane da yawa? Ba su gane abin da Yesu ya yi musu ba. Suna yawo suna ɗauke da waɗannan duka kuma suna tsammanin dole ne saboda tsohon yana nan kuma babu abin da za mu iya yi game da shi. Amma wannan ba gaskiya bane, baya nan. Don haka muna da alhakin kawar da shi da kanmu. Idan muka sami wasu rataya ga tsohuwar rayuwa to gara mu yanke su mu ce "Ubangiji, bana son su... Ina so in yi tafiya cikin Ruhu, ina so in rayu cikin Ruhu, Ina son Ruhun Ubangiji samun hanyarsa a wurina."

Idan muna tafiya cikin Ruhu to muna tafiya cikin kaunarsa ne saboda 'ya'yan Ruhunsa kauna ce. Shin kun san lokacin da kuka zo wurin Yesu yaya cikakken ƙauna kuke ji? Thatauna ce mai girma yayin da ka juyar da rayuwarka gareshi sannan farin cikin sa, da salamar sa ke zuwa gare ka. Kuna da sabuwar rayuwa. Kai sabon halitta ne cikin Kristi Yesu.

To, bari mu ga yadda za mu yi saurin kawar da ayyukan jiki. Mutane suna yin kuskure kuma wataƙila basa magana da kai yadda ya kamata amma dole ne su amsa ga God game da shi, ba ku ba. Amma hanyar da kuka ɗauka? Dole ne ku amsa ga God don shi. Dole ne mu kiyaye cewa mutane ba za su shafe mu ba. Mu duka mutane ne kuma duk muna koyan yadda ake tafiya cikin Ruhu. Ba ma son mu gurɓata da ayyukan mutum, muna so mu sami freeanci cikin ƙaunar God kuma mu sani cewa Yesu ya ba da wannan ƙaunarku ta Ruhunsa domin kaunarsa mai tsabta ta gudana kuma ku sami 'yanci.

Kaunar God ita ce amsa.

Wani lokaci mukan shagala, mun manta cewa na dabi'a da na ruhaniya dole ne su gudana tare ko muna da karo, ko ba haka ba? Menene abin yau a duniyar Kiristanci? Mun sami ruhaniya har mun manta da na dabi'a. God ya ce dole ne mu kawo na ruhaniya cikin dabi'a don halitta ta zama ta ruhaniya kuma ta ruhaniya ta zama ta dabi'a. Kawai sai, za mu iya gudana tare ba tare da karo da juna ba. Muna gudana tare domin muna cikin Ruhun God. Mafi mahimmanci horo shine koya mana ya gudana ta wurin Ruhun God.

Ubangiji ya yi magana da ni, "idan kawai za ku ce musu su yi addu'a don wannan abincin da mutanen da ke karɓa to God zai yi aiki tare da su. Za su sani. Ba za ku so ku ɗan huta a tsakani ba saboda ƙarfin God da farin cikinku za su kasance tare da ku. Yayin da kake musu addu'a kaunar God na fita zuwa gare su.

Shin kun san cewa idan mutum bashi da wani wanda zai masa addu'a God ba zai iya ceton su ba? Kun san dalili? Domin dole ne a nemi God ya cece su. Dole ne a sami wani wanda ya isa ya yi musu addu'a domin God ba zai fita kawai ya tilasta wa kowa ya zo gare shi ba. Wani ya kula sosai har ya zama mai roko wanda zai jawo su ga God.

IV. God Yana Kiran Mu Don Horar da Shi ta Ruhunsa

Muna rayuwa a cikin lokaci mai ban mamaki. Muna rayuwa a lokacin da tarawar al'ummai ke zuwa a gaban God. Dole ne mu kasance da aminci wajen kawo wannan bisharar ta mulkin Yesu Kiristi ga ƙasashen duniya. Akwai duniya a can a cikin ominungiyoyi, Moslem, Hindu, Buddha, Atheism kuma ba su san Yesu ba. Muna rayuwa a cikin lokaci mai ban mamaki. Muna rayuwa a lokacin da tarawar al'ummai ke zuwa a gaban God. Dole ne mu kasance da aminci wajen kawo wannan bisharar ta mulkin Yesu Kiristi ga ƙasashen duniya. Akwai duniya a can a cikin dareku, Moslim, Hindu, Buddha, Atheism kuma ba su san Yesu ba.

God yana kiran mu ne don a horar damu ta Ruhunsa domin idan muka fita can kaunar God zata jawo su. **Salamar God, farincikinsa, adalcinsa yana nan don ya jawo su gare shi. Duniya tana neman ƙaunar God.** A safiyar yau na ji wannan soyayyar sosai. Ubangiji yana cewa bari mu rayu cikin Ruhu kuma muyi tafiya cikin ruhu. Nuna kaunarsa, salamar sa, farincikin sa, haƙurin sa, tawali'u, kirki da imani, tawali'u, kamun kai. Wannan ina son shi sosai; ba za su iya kama ka ba saboda wannan. Babu wata doka a kanta. Ba za su iya ɗauka daga gare ka ba... don haka yi tafiya a ciki.

Yana da ƙarfin gaske abin da God yake yi. Dole ne dukkanmu su sami horo ta Ruhun Ubangiji. Da zaran mun yardar da God ya hore mana kananun abubuwa, da sannu zai bamu manyan ayyukan yi. Na san muna tsammanin dukkanmu mun shirya don fita amma ba mu gama shiri ba tukuna. Muna tunanin muna. Wataƙila muna buƙatar bare ɗan dankali, ko share bene ko wanke kwanoka.. Duk abin da God yake horar da ku don ya shirya ku, mafi mahimmanci shine zubar da tsohuwar kuma ƙyale ƙaunar God ta shiga cikin mu. Ba za mu zama masu hassada da kishin juna ba, haka kuma ba za mu ciji juna ba kuma ba za mu cinye juna amma dole ne mu yi tafiya cikin kaunarsa.

Yana da alama kowane lokaci, muna buƙatar tunawa cewa Yesu yana kaunar mu. Amma wannan kaunar da yayi mana ba namu bane. Don Menene? Idan muka kiyaye shi, ba wani alheri bane a gare mu. Me ya kamata mu yi? Bada shi. Ta yaya za mu ba da shi? Ta hanyar zuwa coci a ranar Lahadi? A'a. Hanya guda ɗaya ne kawai, ta wurin tausayin 'yan'uwa. Idan kana da ɗan'uwa da ke bukata, wannan hidimar babban misali ne na ƙaunar God. Yanzu bamuyi ba, God yayi.

A yau, abubuwa masu girma da girma suna faruwa kuma muna da bangare a ciki. Kuna da bangare a ciki. God bai kira ku anan don kawai ku kasance a nan ba. Ya kira ku ne ku yi duk abin da yake bukatar yi, ya kira ku ne domin ya cika ku da kaunarsa da tausayinsa, ku canza rayuwarmu ta yadda za mu kai ga bukatun wasu.

V. Muna Karkashin Sabuwar Doka, Dokar Kaunarsa

Muna karkashin sabuwar doka, dokar kaunarsa - sabuwar rayuwa cikin Almasihu Yesu. Ina tsammanin wannan safe yau muna buƙatar ɗaukar ta. Wani lokacin mukan kasance cikin kanmu har mu rasa shi. God yana so mu kalli bayan kanmu. Ka san shaidan ya ce da ni wani lokaci, "Yaya za ka yi wa mutane hidima, duba rayuwarka." Na ce, "Ina sane da shi sosai Shaidan." Na tashi a tsakiyar benen sai na taka kafata gare shi na ce, "Iblis, zan yi wa Ubangiji biyayya, zan yi wa mutane hidima kuma God zai kula da ni!" Bai sake damuna da shi ba saboda abu daya da ya sani tabbas, ina nufin kasuwanci kuma ba zai hana ni ba. Ya san cewa ba zan saurare shi ba. Na dauki tsaya. Na dauki matsayi kuma ina nufin kowace kalma daga ciki.

Yanzu zamu iya ƙaddara don barin God ya horar da mu mu gudana ta Ruhunsa da kuma cikin ƙaunarsa kuma ya kawo wannan ƙaunar ga duniya. Ba yadda muke rikewa bane, yadda muke yarda dashi ne, shi zai yi. Amin. Muna

iya amfani da iliminmu ko falsafancinmu amma ba zai yi aiki ba. Hanya guda daya da zata yi aiki... kaunarsa ce.
'kaunar God zai yi shi.
Dole ne God ya kammala mu a cikin wannan ƙaunar domin idan muka zo gare shi da dukan zuciyarmu kuma muka ba da ranmu duka gareshi to wani abu ya faru da mu. Munzo karkashin wata sabuwar doka. Wata rana ina koyarwa kuma a lokaci guda waccan ayar ta biyu ta hau kaina kuma ban taɓa ganin ta haka ba.

1. Saboda haka yanzu babu hukunci ga waɗanda ke cikin Kiristi Yesu, waɗanda ba sa tafiya bisa ga halin mutuntaka, sai dai ta Ruhu.

2. Gama ka'idar Ruhun rai a cikin Almasihu Yesu ta 'yantar da ni daga dokar zunubi da ta mutuwa. (Romawa 8: 1-2)

Ya 'yantar damu. Ya yi tsalle kai tsaye a wurina, bayan shekaru da shekaru na karanta wannan kalmar kuma ta kama ni. Na ce, "Na gode Yesu. Ba mu kasance ƙarƙashin dokar zunubi da mutuwa ba muna ƙarƙashin sabuwar dokar Ruhun rai a cikin Almasihu Yesu. " Kaunarsa a cikinmu yayin da muke tafiya cikin Ruhu, muna cika abubuwan ruhu.

VI. Ta Alherin 'Yan Uwa Kawai Duniya zata San Kaunarsa

God ya bamu abubuwa dayawa kuma yana so ya shirya mu, domin muyi tafiya cikin gaskiya, muyi rayuwa cikin gaskiya, muyi biyayya ga gaskiya kuma gaskiya zata 'yantar damu. **Me muke so daga gare shi? Me muke so mu yi tafiya da Ruhunsa?**

Ina ba ku shawara ku karanta wannan a yau idan kuna da minti. Bar shi ya ratsa ta cikin ku. Sa'annan ka sami azama cewa ba za ka yi tafiya cikin jiki ba amma za ka yi tafiya cikin Ruhu domin Ubangiji ya yi amfani da kai don ka yi kaunarsa ga duniya a can. Gaskiya ne, yana da ƙarfi, kuma yana da ban mamaki. Dole ne mu ba da duk abin da muke da shi. Idan muka ba da dukkanmu gare shi, ya ba da duka nasa a gare mu. Ya rage namu. Yabo ya tabbata ga God saboda kaunarsa, domin kyakkyawan tanadi na wannan ƙaunar da yakamata mu bayar da ita, dole ne mu raba ta. Abun al'ajabi shine tanadin da God yayi mana a ciki.

Akwai wani nassi a cikin Bitrus na biyu wanda yake gaya mana game da yadda yake aiwatar da rayuwarmu don kawo ƙaunarsa cikin rayuwarmu. Aiki yana kawo mu cikin bin God, kuma bayan bin God yana kawo mu cikin kyautatawa yan uwantaka, kuma bayan tausayin yan uwan ya kawo mu cikin kaunarsa. Canza rayuwar mu. Na ce "Ya Ubangiji, me ya sa ake kiran kirkin' yan'uwa a nan?"

Ya ce, "Ta wurin tausayin 'yan uwantaka ne kawai duniya za ta iya sanin kaunarsa."

Ishaya 58 shine bayyanuwar mulkin God da kaunarsa. Idan ya bamu wahayi, yakan canza rayuwar mu. Ta wurin wannan nuna kaunar God, maza da mata suna zuwa wurin God. Ba abin da muke yi ba ne; shi ne abin da Yake yi ta hanyar canjin rayuwarmu. Shin muna shirye mu barshi yayi hakan ko kuwa zamu bar naman mu ya tashi ya kawo cikas? Idan muka bari jikinmu ya mutu kuma da gaske muka barshi ya canza rayuwarmu to zamu ga wasu abubuwa masu ban mamaki suna faruwa, wasu abubuwan da bamu taba gani ba a duk rayuwarmu.. God yana bayyana abubuwa masu girma a cikin wannan sa'ar don canza rayuwar ɗimbin jama'a. Abubuwa ne masu sauki. Ba abubuwan haske bane waɗanda zamuyi tunanin su. **Abubuwa ne da ba zamu taɓa tunanin cewa God yana amfani da su don canza rayuka ba.** Abubuwa masu sauki, kalmomi masu sauki da zai fada wadanda ba za mu yi tunani a kansu ba, God yana fitowa ta wurin mutane ya 'yantar da wasu..

VII. Zaiyi Farinciki Akan Ka Tare Da Waƙa

allah mai iko ne muke bautawa! Ubangiji Allahnku a cikinku mai girma ne. Zai yi ceto, Zai yi murna a kanku da farin ciki. Zai huta cikin kaunarsa kuma zai yi murna da kai da me? Waƙa! (Zafaniya 3:17)

Kuna so Ubangiji ya yi muku waƙa? Na yi mamaki yayin da na karanta wannan rubutun kuma na ce "God, cewa za ka yi mini waƙa?" Muna magana ne game da waƙa gareshi amma yana so ya raira mana.

Ina cikin kwarewa, a gaskiya, ina mutuwa a asibiti lokacin da Ubangiji ya bani wannan nassin. Kamar yadda likitoci suka ba ni, Ubangiji ya ba ni wannan nassi. Abin birgewa ka sani God yana rera maka. Yana ƙaunarku ƙwarai saboda kuna ƙaunarsa, saboda kuna yi masa biyayya, yana so ya raira muku waƙa kuma ya sanar da ku irin ƙaunarku. Likitocin sun ba ni kuma shaidan ya zo ya kwace rayuwata. Duk lokacin da ya zo ya kwace rayuwata, Ubangiji yakan bani wannan rubutun. Ubangiji Allahnku a cikinku mai girma ne. Ya ba ni duka ayar ba kawai kashin farko ba, amma duka. Na gane cewa yana da iko akan shaidan kuma ba lokacina bane na tafi, Ya dawo da rai cikin jikina. God yana so mu kusace shi domin ya nuna kaunarsa garemu. Ba mu cancanci ba, amma **ba za mu ci gaba da cancanta ba, za mu ci gaba da kaunarsa.**

Wannan dama ce mu kyale Ubangiji ya cika mu da kaunarsa.

Adu'a Karshe

Uba, mun gode maka. Muna gode maka don ƙaunarka, Yesu. Muna gode maka saboda Ruhun God. Ya Ubangiji muna addu'a domin ko a yau Ka haskaka fahimtarmu domin mu matso kusa kadan mu baka damar cire ayyukan jiki daga rayuwarmu. Don mu zama haske ga wasu kuma su sani cewa kuna ƙaunarsu.

Muna godiya da Kalma mai Rai. Muna gode Maka da rubutacciyar kalmar. Muna gode maka Yesu da ka sanya ƙaunarka a cikinmu ta Ruhunka domin muyi tafiya a ciki, mu rayu a ciki, mu motsa a ciki kuma Ubangiji ta wurin ƙaunarka wasu sun sami nasara a gare Ka. Muna ba ka daukaka. Ya Ubangiji ka sanya ni'imominka su zo kan kowannenmu, ya sa mu kasance da sha'awar cika da kaunarka, tausayin ka, taushin zuciyar ka da tausayin ka.

Muna roƙon wannan a cikin sunanka mai ban al'ajabi Yesu da ɗaukakarka. Amin.

Sako daga Rev.. Agnes I. Numer

BINCIKEN: BANGASKIYA YANA AIKI TA BYAUNA

1. "Tsaya tsaye saboda haka a cikin _____ inda Kiristi ya 'yantar da mu, kuma kada a sake sa mu cikin karkiyar bauta." (Galatiyawa 5: 1)

2. An seke mu _____ a cikin Kristi.

3. Nasa _____ bazai canza ba don haka dole ne mu canza.

4. God yana da hanya ta Ruhunsa wanda yake so ya jagoranci mu ba ƙarƙashin _____ ba amma ta alheri.

5. Lokacin da muke tafiya cikin Ruhunsa kalmar tana cewa ba zamu cika abubuwan _____ ba.

6. A cikin zuciyar ka dole ne ka sami _____ cewa za ka raba kanka da wannan jiki.

7. Muna da sabuwar doka a cikinmu kuma wannan dokar ita ce dokar Ruhun rayuwa a cikin _____.

8. Lokacin da muke _____ _____ littafi mai tsarki yace "tsoho" an binne shi.

9. Muna tafe da sabon _____, sabuwar halitta

tare da sabuwar rayuwa a cikinmu kuma tsofaffin abubuwa sun shuɗe.

10. Idan kuna zaune cikin Ruhu to ku _____ cikin ruhu.

11. God ya ce, dole ne mu kawo na ruhaniya cikin yanayi da na dabi'a a cikin _____.

12. Kaunar God shine abin da ke faruwa ga _____ rayukan mutane.

13. Shi ne _____ ya gudana ta wurin Ruhunsa.

Gaskiya ko Karya

14. ___ Kaunar da God ya ba mu na mu ne kaɗai.

15. ___ God yana so mu kalli fiyar kanmu.

16. ___ Yayinda muke tafiya cikin jiki, muna cika abubuwan ruhu.

17. _____ shine nuna mulkin God da kaunarsa.

a. Wahayin Yahaya 1
b. Alama 2
c. Ishaya 58

18. Ba abin da muke yi ba ne; shi ne abin da Yayi ta cikin _____ na rayuwar mu.

a. fansa
b. canzawa
c. hukunci

19. "Ubangiji Allahnku a cikinku shine _____; Zai yi ceto, Zai yi murna a kanku da farin ciki; Zai huta a

cikin kauna tasa; Zai yi murna a kanku da raira waƙa."
(Zafaniya 3:17)
   a.mai iko
   b.mai tsarki
   c.mai girma

20. YA CANZA MU DON MU ZAMA _____.
   a.haske
   b.almajiri
   c.farin ciki

CHAPTER 9
LAYIN

Layi – Lokaci yayi da zamu yanke hukunci - Dukkanmu Muna da Zabi

Muna gode maka God game da iko da ƙaunarka, muna gode maka saboda adalcinka da jinƙanka. Ubangiji mai daraja, ina godiya a gare ka da ka saka a cikin zukatanmu tarbiyar da kake mana. Ubangiji mun gode yanzu da masu mulki zasu tafi. Wadannan iko na gidan wuta dole su tafi. Muna buƙatar yin layi bisa ga maganar God, cike da ƙaunarka da jinƙanka. Ya Ubangiji, Ka kawo mu nan domin horar da mu, mu nasa ne. Ba za mu ƙyale ruhun mai taurine kai ya yi mulki a cikin zukatanmu ba. Don haka Ubangiji, na gode maka da ka mallaki kowane yaro, mace da namiji. Muna ba ka ɗaukaka a gare shi Yesu a cikin sunanka mai ban mamaki. Amin.

Bari mu Karanta Zabura 4-7

Psalm 4:1 Ka amsa mini sa'ad da na yi kira, Ya God, madogarata! Lokacin da nake shan wahala, ka zama mai taimakona. Ka yi mini alheri, ka kuma saurari addu'ata!.

Psalm 5:1 Ka kasa kunne ga kalmomina, ya Ubangiji, Ka kuma ji ajiyar zuciyata. 2 Ya Sarkina, Allahna, Ka kasa kunne ga kukana na neman taimako. 3 A gare ka zan yi addu'a, ya Ubangiji, Da safe za ka ji muryata, Da hantsi zan yi addu'ata, In kuma jira amsa.

Psalm 6:1 Ya Ubangiji, kada ka yi fushi, ka kuma tsauta mini! Kada ka hukunta ni da fushinka! 2 Ka ji tausayina, gama na gaji tiƙis, Ka wartsarkar da ni, gama na tafke sarai. 8 Ku tafi daga nan, ku masu aikin mugunta! Ubangiji yana jin kukana. 9 Yana kasa kunne ga kukana na neman taimako, Yana kuwa amsa addu'o'ina.

Psalms 7:1 Ya Ubangiji, Allahna, na sami mafaka a wurinka, Ka cece ni, ka tserar da ni daga dukan masu fafarata, 8 Ya Ubangiji, kai ne alƙalin dukan mutane. Ka shara'anta mini bisa ga adalcina, Gama ba ni da laifi, ina kuma da kirki.

Da farko dole ne mu kira shi. Muna roƙonsa ya faɗaɗa mu kuma ya yi mana rahama ya ji addu'armu. God yana gaya mana abin da za mu yi domin mu ji shi. Sau da yawa mukan yi mamakin ko yana jin addu'o'inmu. Amma lokacin da muka gane ya keɓe masu ibada ga kansa, to, mun sani cewa yana jinmu lokacin da muke addu'a.

Dogaronmu ga God dole ne ya fara zuwa. Mun zo wurinsa da karyayyar zuciya da nadama, mun zo da hankali, muna neman gafara kuma mun tuba ga dukkan abubuwan da muka aikata. **Sa'annan, Yana jin addu'armu,** sa'an nan Ya gafarta mana zunubanmu, sa'an nan Ya kankare su. **God yana so mu sani cewa yana jinmu** lokacin da muke kira kuma zai amsa yayin da yake "bada kunnenmu" ga kalmominmu. God ya san cewa muna kaunarsa; cikin wayewar daren, zamu iya tattaunawa da shi akan gadonmu.

Mun ji labarin mutanen da dole ne su tafi kuma dole

ne su ɗauki lokaci mai yawa su kaɗai. Ka sani idan God yana cikinmu, ba mu kaɗai muke ba, ko? Idan yana cikinmu, ba lallai bane ku je wani wuri kuyi magana da shi. Ba lallai ba ne ka fita zuwa filia ka yi magana da Shi; zaka iya samun damar magana da shi akan gadonka. **God yana so mu san shi. Yana so ya sami wannan kyakkyawar dangantakar** tare da mu kuma Yana gaya mana wannan a cikin Zabura 4Da zuciyarka, a kan gadonka, ka tsaya shuru, Ubangiji yana yi mana magana da sassafe. Yana tashe mu karfe 3 da 4 na safe. Idan yana cikin ku, ba lallai bane ku tafi wani wuri, kuna magana da shi kawai kuma zai ba da amsoshin ku kuma zai bishe ku da ruhunsa.

Wata rana wata matta tazo gidana sai tace Ubangiji ya aike ni in kaika gidana domin Ubangiji yayi magana da kai. Wannan baƙon abu ne a wurina, domin Ubangiji yayi magana da ni a layin tufafi, wurin wanki a kicin, yin shara, yin gadaje, ba sai na tafi ko'ina ba. Ubangiji ya ce mani, "Ban aike ta ta gaya maka ka je gidanta ba. Da a ce ka je gidanta ka kwana don in iya magana da kai, da ba zan yi magana da kai ba domin ina magana da kai a ko'ina." **God yana so mu sami dangantaka ta kud da kud da shi.**

Ka tuna, Yana jin addu'o'inmu. Yana gafarta zunubanmu kuma ya tsarkake mu daga dukkan rashin adalci. Kuma abin farin ciki ne sanin cewa muna da kwanciyar rai, cewa zamu iya kwanciya cikin kwanciyar rai da bacci da zama cikin aminci. God ya kira mu zuwa rayuwar aminci da hutu; **dole ne mu ba da ranmu ga Ubangiji** gaba ɗaya a gare shi. God ba zai biya bukatunmu rabin hanya ba kuma ba za mu iya zuwa rabin hanya zuwa gare shi ba, dole ne mu zo gaba ɗaya, yana **buƙatar miƙa wuya gaba ɗaya.**

Bari in fada muku, iri daya ne ... Me yake karbe daga gare mu? Yana dauke zunubi da duhu; mugayen halaye, giya, ƙwayoyi, da sha'awar jiki da girman kai. Yana kwashe duka kuma kun yantu. To me yasa ka waiwaya ka bar shaidan ya azabtar da zuciyar ka maimakon yin magana Ina da 'yanci, na' yanta? Ubangiji ya 'yantar da ni.

Wata budurwa tazo daga Kansas wacce take da sarautu da iko a rayuwarta. Ta gudu a hanya. Matasan sun je ceton ta saboda kowa na iya ɗaukar ta kuma mummunan can ne. Yayin da samarin ke gudu don zuwa wurinta, sai wani mala'ika mai tsayi sosai sanye da fararen kaya, ya bi ta da gudu ya yi mata rauni. Sun kamo ta sun dawo da ita. Wannan yarinyar tana gwagwarmaya da kubutarwa kuma ta yanke shawarar zata sake guduwa. A wannan karon wani maye ya dauke ta ya dauke ta zuwa wani waje inda ake aikata miyagun ayyuka. Ta yi nesa da shi ta kira gida. Da an kashe ta da sauri amma dai muna yi mata bara'a tun da ta fita ƙofar.

God yana da hanya a gare ku wanda shine salamarsa, adalcinsa, gafarar sa da warkarwarsa. Ba za mu iya yin wasa da God ko kuma tare da shaidan ba saboda shaidan zai tabbatar da kai da kai da sauri. Salama daga God take, Murna daga God take, Ceto kuma daga gareshi, comesauna daga gare shi take. Ubangiji yana kiranmu zuwa ga wannan kyakkyawar dangantakar da yake magana a kai a cikin Zabura 4. Kasancewar God da Kauna a cikinmu. **God yana so mu dogara gareshi.** Dukanmu mun amince da jikinmu amma mun dogara ga God? Ku mutane ne da aka zaba kuma God ya zabe ku ku zama 100% a cikin sa, zai horar da ku don haka zai iya kasancewa a cikin ku 100% a can daga waje da sharrin wannan duniya.

Ba za ku taɓa sani ba sai kun dogara da shi kuma ku bar shi ya nuna muku shi ne God.

Zamu iya yin namu abin kuma God bazai hana mu ba domin yana girmama damarku ta zabi. Ubangiji ya koya mani wasu shekaru 40 da suka gabata cewa bani da 'yancin kutsawa cikin zabin da kowa yake yi. Dole ne na tsaya baya na bar su su yi shi, saboda suna da 'yancin yin hakan ko daidai ne ko kuskure. Wani lokaci Ruhu Mai Tsarki yakan ce mani "Ina zana layin kuma wannan shine karo na karshe da zan zo wannan hanyar." Lokacin da Ya faɗi haka, dole ne in yi masa biyayya kuma ya aikata hakan.

Akwai wani mutum da na sani yana da mata da yara biyu. Sun kasance suna zuwa mana taimako. Wani dare, a tsakiyar dare, ya zo domin kubuta. Yana da sarautu da iko a cikin rayuwarsa waɗanda ke aljannu abubuwa. Don haka muka yi masa addu'a muka yi azumi saboda shi kuma Ubangiji ya cece shi. Matarsa, da kyau ba ta cika damuwa da God ba, ta ce lokacin da take bukatarsa, za ta yi tunaninsa.

Wata rana Ubangiji yace min in tafi gidansu. Ubangiji ya ce mani ina so ka je wancan gidan kuma ina so ka karanta musu wannan nassi.

Amos 7:6 Ubangiji kuwa ya dakatar da nufinsa, ya ce, "Wannan ma ba zai faru ba. 7 gan shi, yana tsaye kusa da bangon da ake ginawa. Yana riƙe da igiyar awon gini.

8 Ya tambaye ni, ya ce, "Amos, me ka gani?" Sai na ce,

"Igiyar awon gini na gani." Ya kuma ce, "Duba, da wannan zan nuna yadda jama'ata sun zama kamar bangon da ya karkace. Ba zan sāke nufina a kan yi musu hukunci ba.

Na tafi a daren nan Ubangiji ya ba su kalmar. Myana ya ce wa matarsa, "Kin san wani abu game da Ubangiji?" Ta ce, "Ina tunanin Ubangiji, lokacin da nake bukatarsa." Yace "Menene?" Ina tsammanin wannan baƙon abu ne cewa ba ta da sadarwa da God sam. Don haka a wannan daren bayan mun bar mijin ya fita daga gidan ba zai sake dawowa ba. Ya saki matarsa ya tafi abinsa ya auri wani. Wani lokaci daga baya, yana cikin hatsari babur kuma ya ƙare a cikin sashin kulawa mai tsanani a cikin asibiti. Na je na yi magana da shi kuma na yi imani cewa ya yi sulhu da God kafin ya mutu.

Matarsa, dai, ba ta tafiya yadda God yake so don ba ta da sha'awar God ... sai dai lokacin da ta buƙace shi. Shekaru biyar bayan haka, matar ta kira ni a tsakiyar dare ta ce danta na kan hanyar titi da misalin karfe uku (3) na safe sai wata babbar mota ta buge shi ta kashe shi nan take... karamin yaro ya mutu, kamar mahaifinsa. Na san yaron a cikin tsummoki. Lokacin da yake kusan shekaru takwas (8), ya ɗauki Littafi Mai-Tsarki ya zagaya ya ce zan zama mai wa'azi. Ya ƙaunaci Ubangiji, amma shekaru sun shude yanzu yana da shekara goma sha shida (16). Ya kasance tare da wasu masu bautar shaidan; dukkan abokansa masu bautar shaidan ne. Lokacin da muka je wurin ajiyar gawa, abokansa sun yi baƙin ciki ƙwarai. Mun ce, "Shin kun san wannan yaron bai sa God ba? Ya yi zabi kuma ya shiga cikin kungiyar barayin kuma ya rasa ransa ba tare da God ba. " Sun ce, "Ba abokinmu ba, wannan ba zai iya faruwa da shi ba." Ya ce, "Ka san

abokinka yana cikin wuta yanzu?" "Ba abokinmu bane …"
"Ee, abokinka, saboda ya zabi mugunta fiye da mai kyau." Nayi wa wasu daga cikin abokansa addua, dukansu suna sanye da bakake; ba su yi kama da mutane ba. Ya kasance mummunan. Abin da kawai zan iya tunawa shi ne wannan ɗan yaron … tare da Baibul.

Mu ne ke da alhakin kula da 'ya'yanmu a hanyoyin Ubangiji. Ba za ku iya samun God a cikin rayuwarku ba kuma ku yanke shawarar za ku gudanar da rayuwar ku, saboda tabbas kamar yadda kuke rayuwa, za ku gamu da mutuwa kuma za ku rasa shi. Lokacin da God ya kira mu zuwa ga tafarkinsa, kuma muka zaɓi hanyarmu … akwai matsala.

Ban sani ba a wannan daren cewa Ya ba da kalmar cewa God ya sa bututun a ƙasa kuma ba zai tafi wannan hanyar ba kuma. Ban sani ba abin da zai faru da wannan iyalin duka. **Muna da zabi mu yi.** God ba zai hana ka hanyarka ba, amma hanyarka za ta dauke ka daga God.

Dole ne mu roƙe shi ya cire mana duk abin da ya saba wa cikakkiyar nufinsa kuma ya sa kaunarsa a cikinmu **har sai duk abin da ke cikinmu ya cika da ƙaunarsa.** Namu ne za mu zaba, domin God ya 'yanta mu. Ba zai tsoma baki ba … muna da zabi mu yi.

Ina Afirka a wani kauye sai na hadu da wani dan kasuwa wanda God ya albarkaci amma sai ya zama mai kwadayi. Bai gamsu da albarkar Ubangiji ba. Ya fada ma Ubangiji cewa yana wasu ma'amaloli da mutane kuma Ubangiji ya fada masa cin hanci ne. Bai yi tunanin cin hanci ba ne, ya yi zaton abokansa ne kawai.

Wannan dan kasuwar ya bamu labari. Litinin, Ubangiji ya ce masa ya gyara gidansa domin ranar Asabar zai mutu.

God ya ce, "Ban gama da ku ba." Wannan ranar Litinin ce kuma Ubangiji Ya gaya masa "Ka daidaita komai kuma ka nemi kowa ya gafarta maka." Dan kasuwar ya tuna da wata mata da take tsananin kiyayya da shi. Ya je ya ganta, ya ce, "Ina so ki gafarce ni." Ta jefa masa miya mai zafi a fuskarsa. Ya yi mamakin abin da zai yi. Daga qarshe ya sa ta saurara kuma ta yafe masa. Ya rage sati daya ne kawai ya ceci rayuwarsa. God ya ce, "Ku daidaita gidanka." A ranar Asabar yana cikin koshin lafiya babu abin da ke damunsa, amma ya mutu.

A safiyar Lahadi, danginsa suka kawo shi zuwa "Asibitin ta Rauninsa" ... ya mutu. Gawa ... babu abin da za su iya yi; basu da lokacin gawa. Likitan ya ji labarin Li'azaru a makarantarsa ta Lahadi lokacin da ya saurari Ubangiji ya ce, "Ku ɗauki gawar nan ku kawo ta asibitinku.." Shugaban nasa mai kula da jinya ya ce, "Wannan mutumin ya mutu, ya zama gawa." "Saka masa IV (Ta Jijiya) a ciki." "Ba shi da jijiyoyi." Likitan ya ce, "Sanya shi a inda ka san jijiyoyin." Ya yi kwana huɗu da rasuwa. Shugaban nas din ya sanya shi a kan gado kamar yadda likitan ya umarta. Likitan ya tafi gida don hutawa na ɗan lokaci, ya ji gajiya sosai kuma ya yi barci sai Ubangiji ya ɗauke shi da Ruhu ya bi ɗan kasuwar da ya mutu.

Dan kasuwar ya shiga sama. Sun buɗa littafin rai don ganin an rubuta sunansa a ciki. God yace, "Ina da laifuka guda hudu akanka." Don haka, sun zo da kwalba da goga, a cikin kwalbar jinin Yesu ne. Sun dauki wannan goga suka wanke tuhume guda hudu da ake yi masa. Ya tsaya a wurin bai san abin da zai faru ba saboda bai tabbata cewa Ubangiji ya gafarta masa ba. Ubangiji ya wankeshi daidai gabansa. Dan kasuwar ya ga wani aboki a bayansa wanda kirista ne sai ya ji suna cewa, "rabu da ni ban taba sanin ka ba." Wasu kuma suka zo ya ce, Ku rabu da ni ban taɓa sanin ku ba. Lokacin da ya kai wani matsayi sai Ubangiji ya ce masa, "Dole ne ka koma." Likitan ya ji abin da Ubangiji yake faɗa wa mutumin. Ubangiji ya mayar dashi cikin dakin kwanan shi. Likitan ya jira dan kasuwar ya dawo. Kowace rana, yana tunanin zai dawo ya tarar da wannan mutumin a farke amma ba haka bane ... kwana hudu sun shude. A rana ta hudu, wasu hawaye ne ke gangarowa daga idanunsa. Wannan ita ce farkon alamar rayuwa. Ubangiji ya maido shi da manufa ɗaya, God ya ce, "Je ka gaya wa mutanena babu wata tsarkakakkiyar cuta. Akwai sama da jahannama. Ka zabi daya ko wancan, ka je ka gargadi mutanena."

Abubuwan da muke zaba sune suke tantance inda zamu zauna har abada.

Akwai wurare biyu kawai da za a je. Lokacin da nake goma sha shida (16), Na yi nisa da God har Ubangiji ya girgiza ni kan lahira. Ya bude gidan wuta sai ya ce da ni, "Idan ba ku bauta mani ba, a can za ku tafi." Kuma wannan madaidaiciya ne kamar yadda yake. Idan ba mu bauta masa ba, to inda za mu je kenan.

Amma ka yi tunanin abin da God zai ba mu a musayar. Ta yaya za mu iya tsayayya da ƙaunarsa, da kuma abin da ya ba mu? Shin mun fi son duhu a rayuwarmu? Zai iya tura mu zuwa jahannama ko kuwa muna shirye mu barshi ya share gidanmu ya cika mu da kaunarsa har sai rayuwarmu ta cika da ƙaunar God. Ni ba mai wa'azin wuta bane amma nasan sarai yadda wuta take. Na san farashin da za mu biya idan ba mu yi tafiya tare da God da dukan zuciyarmu ba.

Mutanen da ba sa son taimakon talakawa, wata rana kafin lokaci mai tsawo za su tsaya a gaban God. God ba zai tambaye su dubban rayukan da suka kawo cikin mulkin ba. Zai tafi ya tambaya "Na ji yunwa amma ba ku ciyar da ni ba, na ji ƙishirwa kuma ba ku ba ni abin sha ba. Na kasance baƙo kuma ba ku karɓe ni ba, tsirara kuma ba ku suturce ni ba. Ba ni da lafiya kuma ba ku ziyarce ni ba, ina cikin kurkuku kuma ba ku zo wurina ba." Ban damu da girmanmu ba, idan ba mu yin umarnin Ubangiji, za mu rasa shi.

Ishaya 58 tana da kara da bayyana kuma God yana bukatar hakan daga gare mu kila ba kwa son yin hakan, amma **idan kuna son God yana cikin zuciyar ku don biyan bukatun wasu.** Hanya guda daya ce kawai take a wannan duniyar kuma ita ce kyautatawa 'yan uwantaka … son juna, yiwa juna hidima, taimakon matalauta, biyan bukatun da Yesu ya gabatar mana a cikin Linjila. Abin da Yesu ya yi, yana buƙatar mu mu yi.

Muna da miƙaƙƙen layi - layi mai tsayi. Ban damu da yin tafiya a wannan layin ba, saboda layin zaman lafiya ne, farin ciki, adalci da tsarkaka tare da Ubangiji. Muna bukatar wannan fahimta. God yana kiran mutane waɗanda zai iya kaunarsu kuma ya rera musu waƙa, waɗanda zai yi farin ciki da su, yayin da muke tafiya da gudu cikin ƙaunarsa ga al'umman duniya. Abinda God ya tanada dominmu yana da ban mamaki yayin da muke wofintar da kanmu kuma muka bar kaunarsa ta cika mu.

A cikin labarin ɗan kasuwar, abu ɗaya da ya ɓace tare da wata mata da aka aika zuwa lahira shi ne cewa ba ta da ƙaunar God. Wannan shine kawai abin da ya saba mata. Idan ƙaunar duniya tana cikinmu, to, ƙaunar Uba ba haka take ba. Idan muna kaunar Uba, kaunar duniya bata cikinmu. God yana zana madaidaiciya a rayuwarmu, don haka zai iya cika mu kuma kaunarsa za ta gudana ta cikinmu.

God zai yi mana hanya; bai kamata mu sanya wa kanmu ba kuma idan muka yi wa kanmu, za mu rasa shi. Idan muka ba da hanyarmu ga God, God zai shiryar da shi kuma za mu sami wannan salama, farin ciki da adalci. Zai fi kyau a sanya Yesu a matsayin mai kula da rayuwarmu. **Ya fi kyau samun kaunarsa da ɗaukakar sa da mulkin sa yayi aiki a cikinmu.**

Muna da zabi mu yi. Idan mun zaɓe shi, har abada zai sami albarkarSa har abada kuma mu zauna cikin mulkinsa har abada. Idan ba mu zaɓi Shi ba, za a la'ance mu har abada. Ba karamin abu bane ... muna bukatar mu zabe shi. Yana kaunar mu; Ba ya son mu je wurin da shaidan yake zuwa. Yana so mu je wurin da ya zaba mana. Ba zai tilasta mu ba ko tilasta mu, sai dai ta wurin kaunarsa don ya jawo mu gare shi. Loveaunarsa ce ta tilasta mana mu bi shi.

Ina so in bar waɗannan kalmomin tare da ku, **ku zaɓe shi, babu wani abin da ya rasa cikin abin da yake so a gare mu idan za mu bi shi amma.** God ya ba mu da yawa, idan za mu ji abin da yake faɗa kawai, bai kamata mu sa kanmu da wasu abubuwa ba kuma yana da kyau kuma mai sauƙi ne kuma mai ƙarfi, idan muka karɓe shi.

God zai baku shi idan kun yarda dashi. Kasance a shirye ka bi wannan hanyar ta yanci, salama da farin ciki, adalci da tsarki.

Uba mun gode maka da wannan kalma. Yesu, muna gode maka da ba ka faɗi abu ɗaya ka yi wani ba, haka nan ba kwa son mu faɗi abu ɗaya kuma mu yi wani abu dabam. Ubangiji ka yi magana da zuciyar mu, bari mu san babbar kaunar ka da tanadin ka domin ka dauki wannan Bisharar ta Mulkin Yesu Almasihu zuwa duk duniya, domin mu zama shaida ga dukkan al'ummai. Domin ku Ubangiji ku sake komawa zuwa ga mutanenku. Ya Ubangiji Yesu, yi mana magana game da kaunarka, da karfafawarka da karfinka. Ubangiji bari ruhunka ya gudana ta cikinmu yana motsawa cikin rayuwarmu, saboda haka mun zabi yin tafiya cikin Ruhun Rai. Ubangiji Yesu, Ka kawo rai domin mu rayu har abada abadin. Muna farin ciki da duk abin da ka yi mana, domin ka ce ba za ka riƙe kowa da laifi ba wanda ya juya wa Almasihu baya ko ya ƙi shi. Ubangiji mun gode da gaskiya kuma gaskiya zata sa mu 'yantu. Yesu, na gode maka da kunnuwan ji da kuma zuciya da za a karɓa da kuma zuciyar da za a yi biyayya, cikin sunan Yesu Amin.

An karɓa daga saƙon "Layin Lantarki - Lokaci Ya Yi Da Za Mu yanke Shawara - Dukanmu Muna da Zaɓi" by Rev. Agnes I. Numer

DUBAWA: LAYIN

Tambayoyin tattaunawa

1. Shin dole ne mu kasance cikin wani ke! aɓɓen wuri don magana da God? A ina kuke magana da Shi?

2. Menene God yake bukata a gare mu? Ubangiji yana kiranmu zuwa ga dangantaka ta kud da kud. Bayyana dangantakarka da God.

3. Menene layin ?

4. Me ake amfani da shi?

5. Menene ma'anar sa lokacin da God ya saita abin a zo a gani a rayuwar mu?

6. Idan ba mu bauta wa God da zuciya ɗaya ba me zai faru da mu?

7. Menene murnar bauta wa God da tafiya "madaidaiciya"?

8. Wace hanya dole ne mu yarda da tafiya?

Bita:

1.Amos 7: 7... Ubangiji ya tsaya a kan garu wanda aka yi aikin layin waya, da _____ a hannunsa. 8 Sai Ubangiji ya ce mini, Amos, me ka gani? Kuma na ce, A _____. Sai Ubangiji ya ce, Duba, zan sanya _____ a tsakiyar Isra'ila ta _____:

2. GOD YA KIRA MU ZUWA RAYUWAR AMINCI DA HUTU. DOLE ne mu ba da ranmu ga _____ gaba ɗaya _____ a gare Shi. Yana buƙatar _____ _____.

3. SALAMA DAGA GOD TAKE, _____ TANA ZUWA DAGA God, _____ tana zuwa daga gareshi, _____ tana zuwa daga gareshi. God yana so mu sa _____ namu a cikin sa.

4. _____ ! AYYADE INDA ZAMU JE _____ HAR ABADA.

5. IDAN MUKA ZABE SHI, ZAMU DAUWAMA _____ YABAMU albarka mu kuma zauna cikin masarautarsa har abada idan bamu zaɓi shi ba, zamu zama la'ananmu har abada.
   a. True
   b. False

6. GOD ZAI BAKA SHI IDAN KA _____HIM. KASANCE _____ don tafiya kan hanyar _____, salama da farin ciki, _____ da tsarki.

. . .

7. Daya ne kawai _____, kuma wannan shine _____, son juna, _____ juna, taimakon matalauta, haduwa da _____ da Yesu ya aza a gabanmu a cikin _____. Abin da Yesu _____, Ya _____ daga gare mu mu yi.

CHAPTER 10

BAYANIN HANGEN NESA

Kowane ma'aikatar dole ne ya sami Bayanin hangen nesa wanda ya bayyana ainihin burin ku. Har ila yau dole ne ku sami Bayanin Ofishin Jakadancin wanda ke bayyana ainihin dalilinku da kuma mai da hankali.

Ma'anar: Bayanin hangen nesa - Bayanin jimla guda wanda ke bayanin bayyanannen kuma mai kwadaitar da canjin da ake so na dogon lokaci sakamakon kungiya ko aikin shirin.

Ga wasu misalai:
- Oxfam: Duniya mai adalci ba tare da talauci ba (kalmomi 5)
- Mahalli don 'Yan Adam: Duniya inda kowa yake da kyakkyawan wurin zama. (10)
- NPR, tare da cibiyar sadarwata na tashoshi membobi masu zaman kansu, shine sanannen ma'aikatar labarai ta Amurka (12)
- See Earth (Ganin Duniya): Ga kowane yaro, rayuwa a cikakke; Addu'armu ga kowane zuciya, nufin sanya ta haka (19)

- In the touch functions (A cikin taɓa ayyukan): shelar Bisharar Yesu Almasihu ga mutane a kowace ƙasa ta duniya. (14)
- Mission Statement (Bayanin Ofishin Jakadancin) - abin da kuke yi: Bayanin jimla guda wanda ke bayanin dalilin kungiya ko shiri. Ana amfani dashi don taimakawa jagorar yanke shawara game da fifiko, ayyuka, da nauyi. Ga wasu misalai:
- Ted: Yada ra'ayi. (Kalmomi 2)
- Smithsonian: Karuwa da yaɗuwar ilimi. (Kalmomi 6)
- Livestrong: Don karfafawa da kuma karfafa mutanen da cutar kansa ta shafa. (8)
- Charity water (Ruwan sadaka) : Mu ƙungiya ce mai zaman kanta muna kawo tsaftataccen ruwan sha ga mutane a ƙasashe masu tasowa. (14)
- In Touch Ministries (A cikin Ministocin taɓawa) : Don jagorantar mutane a duk duniya cikin haɓaka dangantaka da Yesu Kiristi da kuma ƙarfafa coci na gari. (17)

Tunanin God ya kasance koyaushe a sarari yake kuma yayi magana da Isra'ila.

God ya yi alkawari ya fara da Ibrahim, "Zan zama Allahnku, ku kuma ku zama mutanena" God ya bayyana cewa zai sami mutane a cikin ƙasa waɗanda za su nuna yabonsa.

Akwai **manyan alkawura guda uku** a cikin alkawarin da aka yi da Ibrahim da zuriyarsa.

1.**Alkawarin ƙasa** (Farawa 12: 1). God ya kirawo Ibrahim daga kasarsa ta Kaldiyawa zuwa ƙasar da zai ba shi (Farawa 12: 1). An sake maimaita wannan alƙawarin a cikin Farawa 13: 14-18 inda aka tabbatar da shi ta takalmin takalmi; An ba da girmansa a cikin Farawa 15: 18-21. Duba kuma Kubawar Shari'a 30: 1-10, Yarjejeniyar Falasdinawa.

2.**Alkawarin zuriya** (Farawa 12: 2). God ya yi wa Ibrahim alkawali cewa zai yi babbar al'umma daga gare shi. Ibrahim, wanda yake ɗan shekara 75 kuma ba shi da ɗa (Farawa 12: 4), an yi masa alkawarin zuriya da yawa. A cikin Farawa 17: 6 kasashe da sarakuna zuriyar sa. Ko Almasihu da aka yi alkawarinsa zai fito ta zuriyarsa.

3.**Alkawarin albarka da fansa** (Farawa 12:3). God yayi alƙawarin albarkaci Ibrahim da iyalan duniya ta wurinsa. An ƙarfafa wannan alƙawarin a cikin Sabon Alkawari (Irmiya 31: 31-34; cp. Ibraniyawa 8: 6-13) kuma yana da alaƙa da albarkar ruhaniya da fansar Isra'ila. Irmiya yana tsammanin gafarar zunubi. An sake tabbatar wa Ishaƙu (Farawa 21: 12; 26: 3-4). Tabbatar da Yakubu (Farawa 28: 14-15).

Wata rana tana zuwa da Isra'ila a matsayin al'umma za ta juyo, ta gafarta, kuma za a maido da ita (Romawa 11:25-27) lokacin da Isra'ila za ta tuba kuma ta sami gafarar God (Zakariya 12: 10-14). Ta wurin al'ummar Isra'ila ne God ya yi alkawalin a cikin Farawa 12: 1-3 don ya albarkaci al'umman duniya. Wannan babbar ni'imar za ta haifar da gafarar zunubansu da kuma mulkin masarauta mai ɗaukaka a duniya.

Yesu ya bayyana aikinsa kafin ya fara hidimarsa. Bayan an yi masa baftisma Yesu ya tafi cikin jeji don Iblis ya jarabce shi. Lokacin da ya fito cikin nasara, sai ya tsaya a majami'a ya karanta wannan aya:

Luka 4:18 "Ruhun Ubangiji yana tare da ni, Domin yā shafe ni in yi wa matalauta bishara. Ya aiko ni in yi shelar saki ga ɗaurarru, In kuma buɗe wa makafi ido, In kuma 'yanta waɗanda suke a danne...

Hangen nesa na God ga Ikilisiya shine ga mutanen kowace kabila, harshe da ƙasa, su ji bishara kuma su zama Amaryar Kristi. Bayaninmu na Ofishin Jakadancin shine Yesu da kansa ya bamu a fili ta hanyar Matta 25 - wa'azin, baftisma da koyar da dukkan mutane a cikin dukkan ƙasashe.

Kuma ya ce musu, "Ku tafi ko'ina cikin duniya ku yi bishara ga dukkan halitta". Alamar 16:15

Don haka ku tafi ku almajirtar da dukkan al'ummai, kuna yi musu baftisma da sunan Uba da na anda da na Ruhu Mai Tsarki, Matiyu 28:19 (ESV)

Hadin Gani

Daya cikin manyan ƙalubale shine yawanci akwai wahayi daban-daban a cikin ikilisiya. Da fatan za a duba misalai a ƙasa.

Ganin God - Dalilin da God ya kira wannan rukunin tare. Yana da tsari, manufa da hangen nesa wanda wani ɓangare ne na "Babban Tsarin"

Ganin Fasto - lokacin da wani fasto ya ji daga Ruhu Mai Tsarki, zai sami ɗan ra'ayin God game da waccan taron.

Shugaba yana da ra'ayin kansa ko horo kuma yana da nasa manufofin kuma.

Ganin Mutane. Dukansu ikilisiya da manyan shugabannin suna da hangen nesa.

Dattawan da ke kewaye da Fasto na iya so su raba kuma su ba da gudummawa cikin hangen nesa. Suna iya sanin tarihin fiye da Fasto.

Waɗannan mutane na iya samun wata takamaiman asali daga shugabannin da suka gabata.

Wasu mutane suna son kansu ko kuma ba ruwansu.

Wasu mutane na iya karɓar koyarwar da ta gabata wanda zai iya shafar hangen nesa ga cocinsu.

Bayyanannen hangen nesa na Karfafa Hadin kai

Bayyana, hangen nesa ɗaya yana ƙarfafawa kuma yana bawa mutane damar haɗuwa da aiki tare. Yana haifar da ainihin mutum da manufofin juna. Yana ba mutane damar "hawa jirgi— mu tafi tare". Hakanan yana ba wa mutane dalili a cikin abin da suke yi saboda suna da mahimmin ɓangare na wani abu wanda ke tafiya wani wuri. Wani hangen nesa daya yace muna aiki tare zuwa manufa daya. Muna bukatar juna!

Haɗa ikilisiyar ku cikin haɗin hangen nesa.

Da zarar kun tabbatar da hangen nesa game da abin da God yake so ya kawo a cikin hidimarku, ta yaya yanzu za ku iya raba wannan hangen nesa kuma ku kawo mutane cikin haɗin kai.

Ka tuna cewa **mutane yawanci suna adawa da canji.**

Yi amfani da matakai masu zuwa don taimakawa ikilisiyar ku cikin haɗin hangen nesa:

1. Shirya kanku. Cikin addu'a ku nemi ku san hangen God.

2. Kirkiro amintattu tare da jagororinku yadda suma zasu sami damar tattaunawa akan hangen nesan.

3. Yin addu'a tare. Nemi God. Ku tattauna hangen nesan tare.

4. Idan zai yiwu sai ka koma baya tare da shugabannin ka kayi addu'a game da hangen nesan.

5. Kafa maƙasudai na dogon lokaci da gajere.

Da zarar jagorancin ku ya raba hangen nesa daya... yanzu lokaci yayi da:

- Kira taro.
- Yi "Binciken Gaskiya". A zahiri, ina muke a yanzu? Gaskiya.
- Wadanne kalubale muke fuskanta, ina za mu je da gaske? Shin mun san manufarmu?
- A raba hangen nesa, tare da kowa, a fili. Ka ce "Anan ne muke, duk manyan shugabanni, mun yi imani cewa God ne ke mana jagora."
- Duk manyan shugabanni suna da hadin kai; suna zaune tare kuma wasu daban-daban suna rabawa don tallafawa "hangen nesan mu".
- Sadarwa hanya ce ta hanya biyu kuma muna bukatar bada izinin shigar da bayanai. Mutanen da suka ji cewa ana jin abubuwan da suke bayarwa na iya bayar da mafi kyau don cika hangen nesan.
- Sai dai idan shima ya zama hangen nesan su, zakuyi ta tuddai duk hanyar.
- Maimaita, maimaita, maimaita. Yana da mahimmanci a ci gaba da jaddada mahimmancin hangen nesa.
- Yi amfani da take, kalmomi da ma canje-canje suna. Sanya hangen nesa a cikin sanarwa, akan fosta da duk abinda ya dace.
- Addu'a tare don samun takamaiman mihimmin matakan da za'a cimma kuma akwai bukatar a cika su.
- Murnar karamar mihimimi kuma ku ci gaba da sha'awar.
- Ka tuna fadin, "Na gode." Koyaushe gane aikin da aka yi sosai.

Ga wasu nassosi game da hangen nesa:

In ji Ubangiji Mai Runduna: "Kada ku ji maganar annabawan da suke yi muku annabci, suna cika ku da begen banza. Suna magana ne game da wahayin kansu, ba daga bakin Ubangiji ba. Irmiya 23:16

Inda babu hangen nesa na annabci mutane sun ƙi kamewa, amma mai albarka ne wanda ya kiyaye doka. Karin Magana 29:18

Har yanzu wahayin yana jiran ajalinsa; yana hanzari har zuwa karshe - ba zai yi karya ba. Idan da alama sannu a hankali, jira shi; lallai zai zo; ba zai jinkirta ba. Habakkuk 2: 3

Kuma Ubangiji ya amsa mini: "Rubuta wahayin; Bayyana shi a kan allunan, don ya iya gudu wanda ya karanta shi. Habakkuk 2: 2

Gama na san irin shirin da na shirya muku, in ji Ubangiji, na shirya ni'ima ne ba don mugunta ba, in ba ku makoma da bege. Irmiya 29:11

Gama Ubangiji God baya yin komai ba tare da bayyana sirrin bayinsa annabawa ba. Amos 3: 7

A cikin ma'aikata da kasuwanci muna buƙatar samun **bayyana ra'ayi game da hangen nesan mu,** kuma muna bukatar sani "**wanene mu da abin da muke yi**" wanda zai bamu **hadin kai mai karfi na manufa.**

BINCIKEN: BAYANIN HANGEN NESA

1. Bayanin hangen nesa ya bayyana babban burin ku
   a. T
   b. F

2. Bayanin hangen nesa ya zama sakin layi daya wanda ke bayanin ma'aikatar ku
   a. T
   b. F

3. Bayanin mishan ya fa! i abin da ma'aikatar ku ke yi musamman
   a. T
   b. F

4. Zan zama Allahnku ku kuma ku zama mutanena shine hangen nesan God ga wa?

a. Dauda

b. Nuhu

c. Yesu

d. Ibrahim

5.Yesu ya faɗi aikinsa wanda ke cikin wanne nassi

a. Yawhan 17:17

b. Luka 4

c. Zabura 23

d. Wahayin Yahaya 20:10

6.Menene hangen nesan God ga coci?

a. Don cinye duniya duka saboda God

b. Mutane daga ko'ina zasu sami damar jin bishara kuma su zama Amaryar Kristi

c. Cewa dukkan mutanensa zasu sami wadata da lafiya

7. OFISHIN JAKADANCIN DA GOD YA BAMU SHINE:

a. Wa'azi, yi baftisma da Koyar da dukkan al'ummai

b. Kokarin karanta maganarsa kullun

c. Rayuwa rabe da keɓewa gare Shi

8.Mutanen da ke cikin ikilisiya na iya samun nasu hangen nesa game da cocinsu

a. Gaskiya

b. Karya

9.Bayyanannen hangen nesa yana haifar

a. Yanayin da mutane zasu iya aiki tare

b. Haɗin kan manufa

c. Jin muhimmancin mutane a cikin ikilisiya

d. Duk na sama

10.Don kawo taro cikin haɗin kai dole fasto ya san hangen nesa ga God game da cocinsa

a.T
b.F

CHAPTER 11
YABO DA IBADA

KAFIN FARA WANNAN KARATUN DON GOD, sake nazarin Tushen Tushen Kashi na 1 - Wanene God?
   Waƙa ba tare da shafewar God ba - waƙa ce kawai.
   "Abu ne mai ban tsoro don samar da kiɗa "Yabo da Sujada" wanda ke haifar da yunwa don ƙarin kiɗa - dole ne ibada ta kai ga yunwar zurfin God da maganarsa.. A matsayinmu na shugabannin ibada muna daukar damar da jama'a za su iya ko ba za su iya son waƙar da God yake annabta ta wurinmu ba ... amma ya fi muhimmanci a faranta wa God rai. Mun san wurin da abokan gaba suka kasance shine gabatar da yabo a gaban kursiyin. Ya kamata mu kiyaye sosai kar mu faɗo kamar yadda ya faɗi sannan kuma mu nemi jin kanmu."

   A tsohuwar wasiya an ɓoye Wuri Mai Tsarki da labule. Lokaci kawai da aka bawa kowa izinin shiga shine sau ɗaya a shekara a Ranar Tsarkaka Yom Kippur. Babban Firist ne kawai ya shiga ya miƙa hadayu na jini da ƙona turare a gaban Kujerun Rahama.

A yau, a matsayinmu na Mawaƙa an kuma ɗauke mu firistoci.

Me yasa muke son shiga Wuri Mai Tsarki?

Ofishin firist aiki ne na gado. Firist ɗin ya yi rayuwarsa duka yana bautar God da miƙa hadayu don neman gafara ga mutanen God. Wasu firistoci sune mafi mugunta mutane a cikin ƙasar, maimakon yin kuka game da zunubi, sai suka shiga cikin zunubi. Kamar masu kiɗa bari mu kiyaye zukatanmu, domin mu ɗauki kasancewar God zuwa ga mutanensa domin su zo gabansa domin warkarwa, maidowa da gafarar zunubi. Mu yabi kuma muyi sujada da tsarkakakkiyar zuciya ba tare da kunya ba tare da kunyata God ba.

Kafin firist ɗin ya shiga Wuri Mafi Tsarki, ya tsarkake kansa. Ya kebe kansa gefe ya roki God ya tsarkake shi daga zunubinsa ya kuma kawar da duk abin da zai bata wa God rai. Tsarkakewa ya nuna mu tare da God, wanda yake dabam da wannan duniya. Firist ɗin ya saka tufafi na musamman masu launuka masu kyau da zinariya, shuɗi, shuɗi da mulufi.

Shin za mu iya ganin Shugaban Bautar a matsayin firist a gaban God?

Wanene mai Ibada?

Mai yin sujada ba kawai waɗanda suke waƙa a gaba ba ne. Mutanen da muke yi wa waƙa kuma za su bauta wa God. Bama kawo wasu a gaban God. Muna bautar God kuma yayin kasancewarsa ya cika ɗakin, mutane sun zaɓi shiga ko kuma ba zaɓi zaɓi shiga ba.

Jagoranci Ibada

A matsayina na shugaban ibada muna lura da Zuciyar Ubanmu kuma muna yabon sa – yayin da muke bautar God, God yana kawo mutanensa zuwa gabansa kuma yana tilasta zukatanmu zuwa cikin ƙaddamarwa mai zurfi.

Kamar yadda shugabanni masu bautar suke nuna bautarmu ga God da kuma kaunarmu ga God ta hanyar bautarmu. Ba za mu iya yin da'awa ba, ƙwarewarmu na iya ɓoye yadda zurfin dangantakarmu da God take. Ya zuwa wannan gwargwadon abin da za mu nuna ibada.

Me yasa muke son shiga cikin kasancewar kusancin God?

Don su yi burin zama a can - har abada, suna barin zunubi da sauran allolin. Son zama amaryar Kristi, ba wai kawai zama almajiri ba. Don zukatansu su buɗe don karɓar sauran hidimar, maganar God ta wurin Fasto ko kuma hidimar da za a bayar bayan hidimar waƙa.

Kamar yadda muka zabi yin ibada, God yana karfafa mu mu ratsa komai.

Ka tuna Bulus yana waƙa a kurkuku?

Da suka buge su da yawa, suka sa su a kurkuku, suna umartar mai tsaron kurkukun ya tsare su da aminci. 24 Shi, da ya karɓi irin wannan umarni, sai ya jefa su a cikin kurkukun ciki, ya sa ƙafafunsu da sauri a cikin hannun jari. 25 Da tsakar dare Bulus da Silas suka yi addu'a, suna raira yabo ga God: fursunonin kuma suka ji su. Ayyukan Manzanni 16:23-25.

An halicci mutum da rai, ruhu da jikinmu. Ranmu ya ƙunshi tunaninmu, nufinmu da motsin zuciyarmu. Ruhunmu yana zuwa daga God kuma yana da alaƙa da God. Jikinmu shine inda muke zaune. Wannan yana taimaka mana fahimtar yadda muke yin ibada.

AKWAI FANNONI DABAN-DABAN NA YABO DA IBADA.

Mulkin Kurwa

Kiɗa na iya motsa mutane. Yana motsa mutane su yi rawa, su raira waƙa, su "ƙaunaci juna," su yi baƙin ciki, su yi farin ciki.

Yawancin kiɗa ana yin su ne a cikin ruhi. Dalilin sa shine nishadantarwa. Amma shin wannan waƙar tana tilasta zukatanmu su shiga gaban God?

Daular Yabo

Yabo ya fara yiwa mai Ruhu hidima. Wannan kiɗan ya fara tilasta zuciya ta mai da hankali ga God maimakon son kai. Ruhun God ya fara motsawa a cikin zukatan mutane, yana iya kawo warkarwa, kubuta da sauran kyaututtukan Ruhu.

Ku yabi Ubangiji! Ku raira sabuwar waƙa ga Ubangiji, Ku yabe shi a cikin taron tsarkaka. 2 Bari Isra'ila ta yi murna da wanda ya sa Sihiyona su yi farin ciki saboda Sarkinsu. 3 Bari su yabi sunansa cikin rawa, Bari su raira yabbai a gare shi da kaɗa da garaya. 4 Gama Ubangiji yana jin daɗin mutanensa, zai ƙawata masu tawali'u da ceto. 5 Bari tsarkaka su yi murna da ɗaukaka, Bari su raira waƙa a kan gadajensu. Zabura 149: 1-5

Fannin Ibada

Lokacin da jagoran bautar ya fahimci zuciyar God kuma yayi masa sujada, **God yakan kawo mutanensa zuwa gabansa**. Lokacin da muka shiga gaban God ta hanyar bauta rayuwarmu ta canza. Mun shiga gabansa mun bar damuwa, damuwarmu da nadinmu, hankalinmu ga God shi kaɗai. Mun gane girman God, kaunarsa da kuma wanene shi. A wannan wurin ne God yake magana da zukatanmu yana bamu waraka, shugabanci da kwanciyar hankali. A wannan masarautar ne muke da masaniya game da shi. Ba za mu iya jin tsoron shiga cikin bautar God gab da wasu ba. Ta hanyar shiga wannan wurin ibada ne kaɗai za mu iya jagorantar wasu zuwa ga freedomancin bayyana ƙaunarsu ga Ubansu na Sama.

Yabo a Yaƙin Ruhaniya

Idan muka kalli Sarki Yehoshafat za mu ga yanayi mai ban mamaki:

A sa'ad da suka fara raira waƙa da yabo, sai Ubangiji ya sa 'yan kwanto a kan Ammonawa, da Mowabawa, da Dutsen Seyir, waɗanda suka zo yaƙi da Yahuza. kuma aka ci su. 2 Labarbaru 20:22

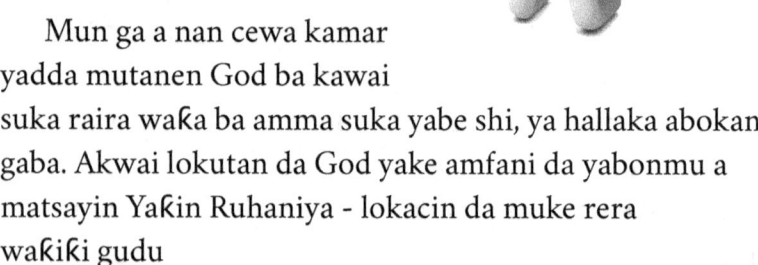

Mun ga a nan cewa kamar yadda mutanen God ba kawai suka raira waƙa ba amma suka yabe shi, ya hallaka abokan gaba. Akwai lokutan da God yake amfani da yabonmu a matsayin Yaƙin Ruhaniya - lokacin da muke rera waƙiƙi gudu

6 Bari [yabo] ta God ta kasance a bakinsu da takobi mai kaifi biyu a hannu ; 7 Don ɗaukar fansa a kan arna, da hukunta mutane. 8 Don a ɗaure sarakunansu da sarƙoƙi, Da manyansu a ɗaure da sarƙokin ƙarfe. 9 Don zartar musu da hukuncin da aka rubuta wannan girmamawar duk tsarkakansa. Ku yabi Ubangiji! Zabura 149:6-9

Wanne yanki ne kiɗan da kuke yi da waƙoƙin da kuke rera ke jagorantar waɗanda ke sauraro?

A good guideline for praise and worship is to realize that we are only accompanying what God is doing.

Dole ne mu gane cewa an halicce mu ne don yabon God.

Mun zo gabansa da tsarkakakkiyar zuciya.

Kuzo kuna tsammanin God zai motsa.

Yayinda God yake motsawa suna gudana tare dashi.

Nauyin da ke kanmu shi ne mu yabi God ba wai yi tsammanin God ya taimake mu.

Mu ne firistoci a gabansa. Ku bauta masa cikin ruhu da gaskiya kada ku kunyata shi amma ku kawo mutanensa a gabansa domin ya cire kunyarsu.

Yi tsammanin cewa God zai motsa tsakanin mutanensa Yana zaune cikin yabon mutanensa kuma idan God ya motsa - muna canzawa.

Ku bauta wa God cikin Ruhu da cikin gaskiya. Tsarkake zuciyarka kafin fara wasa. Kawo yabonku a matsayin hadaya a gabansa. Idan kana da wani zunubi, ko wani abu akan wani to ka kula dashi kafin kayi sujada. Nemi gafara share rashin jituwa. Domin ku zama firist a gabansa.

Tabatar cewa ka kware kamin ka fara kidi. Kware da kayan aikinku, kuyi kidi da rera waka a kungiyance. Tabbatar cewa waɗancan injiniyoyin ƙungiyar ku suna da dukkan kayan haɓaka abubuwa kafin ku yi sujada. Kar ku bari membobin kungiya suyi atisaye yayin ibada. Ba ma so mu zama masu raba hankali - muna son mu bauta wa God.

Mayar da hankali ga God ne ba kanmu ba..

**Zo da tsarkakakkiyar zuciya
Halitta don yabo
Zo da fata
Gudana
Yabo
Firist
Ruhu da Gaskiya
Yi Tsammani
Buga da gwaninta**

Ku yabi Ubangiji!. Yabo ya tabbata ga Ubangiji! Ku yabi God a cikin Haikalinsa! Ku yabi ƙarfinsa a sama!

2 Ku yabe shi saboda manyan abubuwa Waɗanda ya aikata! Ku yabi mafificin girmansa!

3 Ku yabe shi da kakaki! Ku yabe shi da garayu da molaye!

4 Ku yabe shi da bandiri kuna taka rawa! Ku yabe shi da garayu da sarewa!

5 Ku yabe shi da kuge! Ku yabe shi da kuge masu amo!

6 Ku yabi Ubangiji dukanku rayayyun talikai. Yabo ya tabbata ga Ubangiji!. Zabura 150:1-6

BITA: YABO DA IBADA

1. Yin wa! a ba tare da shafewar God ba - waƙa ce kawai.
   a. True
   b. False
2. Ba a ɗaukar mawaƙa firistoci.
   a. True
   b. False
3. Lucifer ya kasance yana kawo yabo a gaban kursiyin.
   a. True
   b. False
4. Kamar yadda mawaƙa bari mu _____ zukatanmu, domin mu dauki God _____ ga mutanensa domin su sami _____, _____ da gafarar zunubi.

5. Bari muyi yabo da sujada tare da _____ _____ ba tare da _____ ba kuma tare da kunyata God ba.
6. Kafin firist ɗin ya shiga Wuri Mafi Tsarki, ya tsarkake kansa. Shin zamu tsarkake kanmu kafin ibada?
   a. Ee

b. A'a

c. Wani lokaci

7. Kaunar mu ga God tana nuna ta bautarmu
   a. True
   b. False

8. Zamu iya nunawa, kwarewarmu zata boye yadda zurfin dangantakarmu da God.
   a. True
   b. False

9. Kamar yadda muke _____ don yin sujada, God _____ mu wuce ta komai.

10. Wace daula ce ba daular yabo da Ibada ba?
    a. Yabo a Yaƙin Ruhaniya
    b. Fannin Mafarki
    c. Fannin Kurwa
    d. Fannin Ibada

11. Lokacin da muke wa! a, ta yaya za mu tabbata cewa ba mu shagala ba?
    a. Yi aiki kafin wasa.
    b. Tabbatar cewa injiniya yana da kayan aiki kafin farawa.
    c. Kar a bari ayi aiki yayin ibada.
    d. Duk abin da ke sama

12. Wanne ba jagora bane wanda zai kasance tare da abin da God yake yi?
    a. Gane cewa an halicce mu ne don yabon God.
    b. Kuzo gabansa da tsarkakakkiyar zuciya.

c. Yi wasa da yarda da kanka a matsayin babban mawaƙi

d. Kuzo kuna neman God ya motsa.

e. Yayinda God yake motsawa suna gudana tare dashi.

13. Hakkinmu shine _____ God kar _____ God ya _____ mu.

14. Idan 'yan'uwa ba sa raira waƙa tare da mu me ya kamata mu yi?

a. Mai da hankali ga God

b. ihu a cikin ikilisiya

c. Yi waƙoƙin da ikilisiya za ta iya sani

d. Tabbatar cewa waƙoƙin basu yi tsayi ko yawa ba.

CHAPTER 12

KU HAU SAMA CIKIN KAUNARSA

I. Kaunarmu ta mutumtaki Ba ta Gama na God

Bulus ya yi farin ciki da Filibiyawa, kuma yana ƙaunace su ƙwarai. Ya faɗi cewa su ne farin cikin sa da rawaninsa. Ya ce, "Ku tsaya daram cikin Ubangiji ..." Ya basu umarni, amma shi ma yana cewa a yi addu'a: "...cikin kowane abu, ta wurin addu'a da roƙo, ku bar roƙe-roƙenku su sanu ga God. Ta haka salamar God, wadda ta fi gaban dukkan fahimta, za ta tsai da zukatanku da tunaninku ga Almasihu Yesu." Yau da dare na yi imani muna bukatar sabunta waɗannan kalmomin a rayuwarmu. A nan a wannan wurin, inda muke kusa da juna, ba haka ba ne mai sauki saboda wasu sun fi wasu tsari; wasu sun ɗan shiga cikin wuta kaɗan - kuma suna da abubuwa da yawa da suka ƙone. Kuma wasu basu samu ba tukunna. Paul ya kasance mai kyale duk wannan. "Ta haka salamar God, wadda ta fi gaban dukkan fahimta, za ta tsai da zukatanku da tunaninku ga Almasihu Yesu."

Filibiyawa 4:1-15

1 Saboda haka ya 'yan'uwana, ƙaunatattuna, waɗanda

nake bege, ku da kuke abin farin cikina da abin taƙamata kuma, ku dage ga Ubangiji, ya ku ƙaunatattuna.

2 Na gargaɗi Afodiya, na kuma gargaɗi Sintiki, su yi zaman lafiya da juna saboda su na Ubangiji ne..

3 Ya kai abokin bautata na hakika, ina roƙonka, ka taimaki matan nan, don sun yi fama tare da ni a al'amarin bishara, haka ma Kilemas da sauran abokan aikina, waɗanda sunayensu suke a rubuce a cikin Littafin Rai.

4 A kullum ku yi farin ciki da Ubangiji, har wa yau ina dai ƙara gaya muku, ku yi farin ciki.

5 Bari kowa ya san jimirinku. Ubangiji ya yi kusan zuwa.

6 Kada ku damu da kome, sai dai a kowane hali ku sanar da God bukatunku, ta wurin yin addu'a da roƙo, tare da gode wa God.

7 Ta haka salamar God, wadda ta fi gaban dukkan fahimta, za ta tsai da zukatanku da tunaninku ga Almasihu Yesu.

8 Daga ƙarshe kuma, 'yan'uwa, ko mene ne yake na gaskiya, ko mene ne abin girmamawa, ko mene ne daidai, ko mene ne tsattsarka, ko mene ne abin ƙauna, ko mene ne daɗɗaɗar magana, in ma da wani abu mafifici, ko abin da ya cancanci yabo, a kan waɗannan abubuwa za ku yi tunani.

9 Abin da kuka koya, kuka yi na'am da shi, abin kuma da kuka ji kuka gani a gare ni, sai ku aikata. Ta haka God mai zartar da salama zai kasance tare da ku.

10 Na yi farin ciki da Ubangiji ƙwarai da yake a yanzu kam, kularku gare ni ta farfaɗo, ko dā ma kuna kula da ni, dama ce ba ku samu ba.

11 Ba cewa, ina kukan rashi ba ne, domin na koyi

yadda zan zauna da wadar zuci a cikin kowane irin hali da nake.

12 Na san yadda zan yi in yi zaman ƙunci, na kuma san yadda zan yi in yi zaman yalwa. A kowane irin hali duka na horu da ƙoshi da yunwa, yalwa da rashi.

13 Zan iya yin kome albarkacin wannan da yake ƙarfafa ni.

14 Amma kuwa kun kyauta da kuka taya ni cikin ƙuntatata..

15 Ku kuma *Filibiyawa*, ku kanku kun sani tun da aka fara yin bishara, sa'ad da na bar ƙasar Makidoniya, ba wata ikkilisiyar da ta yi tarayya da ni wajen hidimar bayarwa da karɓa, sai dai ku kaɗai.

Kaunar God tana da ƙarfi sosai. Yana son yin abubuwa da yawa a rayuwarmu wanda zai canza rayuwarmu. Yana so ya cire abin da ke cikin ɗabi'ar mutum, kuma yana so ya bar salamar God ta zo, kuma ya kiyaye zukatanmu da tunaninmu ta wurinsa. Akwai wasu lokuta da yanayi zai motsa mu; Ubangiji yana so ya canza mu domin mu zama kamarsa. Na gaskanta da gaske cewa God yana so ya canza rayuwar mu da kaunarsa ta yadda ba za mu sami tsangwama ta ƙaunar ɗan adam ba - sanin cewa ƙaunar God ta fi komai. God yana yin abin da bashi yiwuwa a kowane ɗayan rayuwarmu domin mu iya fita cikin kaunarsa kuma cewa kaunarsa zata kai ga duniya. Ban yi samani da cewa ƙaunar mutum da aka gauraya da ƙaunar God cikakke ba ce. Na yi imani da ajizancinsa. Amma abin da God yake so ya yi mana shi ne cire soyayyar jiki kuma mu sanya kauna ga wasu wanda yanayi ba zai shafe mu ba. Misali, idan muna kaunar wani, taimakon wani, sai suka yi mana wani abu mara kyau, to mun ji ciwo kuma mu ci gaba da kare kansu. Amma God yana cewa, zaman lafiya na God wanda ya fi gaban dukkan fahimta, zai kiyaye zukatanku da tunaninku ta wurin Yesu Almasihu.

Bari mu juya zuwa 1 Korantiyawa 13

1 Korintiyawa 13: 4-8 ya ce: "Kauna tana dawwama da haƙuri da nasiha; kauna ba ta hassada kuma ba ta da kishi ba, ba ta da alfahari ko girman kai, ba ta yin girman kai. Ba shi da girman kai, (mai girman kai da girman kai); ba rashin ladabi bane (mara tsari) kuma baya aiki mara kyau. Kaunar God (Kaunar God a cikinmu) ba ta nacewa kan haƙƙinta ko nata hanyar, domin ba neman kai ba ne; ba abin tabawa bane ko jin haushi ko haushi; ba ya la'akari da sharrin da aka yi masa, (ba ya mai da hankali ga wani zalunci). Ba ya farin ciki da rashin adalci da rashin adalci, amma yana farin ciki lokacin da gaskiya da gaskiya suka yi nasara. Kauna tana ɗauka a ƙarƙashin kowane abu da duk abin da ya zo; ya kasance a shirye koyaushe don gaskanta mafi kyawun kowane mutum, begensa baya ƙarewa a kowane yanayi, kuma yana jure komai (ba tare da raunana ba). Kauna ba ta ƙarewa, (ba za ta taɓa shuɗewa ba ko ta shuɗe ko zuwa ƙarshenta). Game da annabci (kyautar fassara nufin God da manufa), zai cika ya wuce; amma harsuna, za su lalace kuma su gushe; amma ilimi, zai shuɗe; (zai zubar da kimarsa kuma gaskiya ce zata sanya a gaba.)" **Muna rayuwa ne a sa'ar Ruhun gaskiya.** Na yi imani Ruhun Gaskiya zai maye gurbin waɗannan abubuwan. Na yi imani God yana kawo shi da karfi cikin rayuwarmu domin mu san gaskiya - domin muyi tafiya cikin gaskiya muyi biyayya ga gaskiya. Kuma ya bamu zaman lafiyarsa, wanda ya fi komai daga abin da zamu iya fahimta. Kunarmu ta ɗan adam ba ta gwadawa

da ƙaunar God. Mun kasa tare da shi. Muna samun matsala daga gare ta. Motsin zuciyarmu yana tattare da shi, kuma suna tsagewa. Amma idan muka kyale God ya cire wadannan abubuwa daga rayuwarmu domin tsarkakakkiyar kaunarsa tana can - Tsarkakkiyar kaunarsa tana amsa kowane yanayi - to halin ba zai shafe mu ba. Kuma na ba ku cewa yana da matukar wahala a gare mu, sau da yawa, yin shiru lokacin da muke jin muna buƙatar yin magana. Yana da wahala a garemu kar muyi fushi idan yanayi ya taso wanda yake gwada mu zuwa iyaka. God yana yin fushi, kuma, ka tuna cewa; amma fushin sa daban yake da na mutum. Fushin sa daban. Fushinmu yana da abubuwa da yawa wadanda ƙaunarsa ba ta da su. Fushin da ke fitowa daga cikin mu ba God bane, mafi yawa. Wani lokaci God zai zo cikin fushinsa, amma yana faɗin mana cewa yana son kaunarsa ta ɗauki matsayin wannan ƙaunar ɗan adam da ba ta da kyau. Yana da son kai, yana son kai, yana son kai, duk wadannan abubuwa ne - yana da kishi, yana da girman kai, yana da fahariya kuma yana da girman kai. Amma ƙaunar God ba ta yin ɗaya daga wannan.

II. God Yana Cika Mana Da Kaunarsa

Amma, kun san ba kwa koyon wannan da daddare. Kuna koyon ta ta hanyar sarrafawa. Muna koyon sa ta wurin sarrafawar da God yake yi a rayuwar mu. Na tuna wani lokaci a rayuwata lokacin da Ubangiji ya ce da ni, "Ba za ku iya son mijinku ba, ba za ku iya ƙaunar 'ya'yanku fiye da yadda kuke son baƙon da zai zo wurin ba." Da kyau, wannan kyakkyawa ce "jahilai". Ta yaya zan iya yin hakan? Zan iya yin hakan ne kawai idan na yarda ya karbe ni daga abin da ba kamar shi ba, ba kaunarsa ba.

Muna da ƙaunar junanmu, amma mai yiwuwa ba ƙaunar God ba ce; yana iya zama abu ne kawai da muke ji da junanmu. Amma **idan muna da kaunar God a cikinmu, to sai mu ji daban.** God yayi wani abu wanda zai taimake mu a kowane yanayi da bamu san yadda zamu yi ba. Zan iya fada muku a wannan wurin muna da lokutan gwaji. Gwada lokutan juna; lokutan gwaji tare da yaranmu; da lokutan gwaji tare da kanmu - saboda muna kama da rayuwarmu.

Amma tare da ƙaunar God a rayuwar ku, kuna ƙoƙari ku mai da hankali game da abin da kuke faɗi, abin da kuke aikatawa, yadda kuke aikatawa. Wasu daga cikinmu ba sa misalta ƙaunar God sosai, ko? Nawa ne suka san hakan? Kun san hakan. Kuma wani lokacin idan baku misalta soyayyar sa ba, malamai suna yin fushi, makarantu sun rabu kuma ruhohi suna gudu ko'ina. Sannan kuma dole ne mu shiga mu yi addu'a, kuma mu rabu da shi. To God ma yana kammala ku, tare da ƙaunarsa. Kuma **wata rana za ku iya tsayawa a cikin taron jama'a, kuma za ku ji kawai ƙaunar God ga junan ku, domin zai cire komai daga rayuwar mu - idan za mu ƙyale shi.**

Abu daya game da Ubangiji, wani lokaci mukan zamewa; muna faɗi kuma muna yin abubuwa. Amma da zaran mun yi, wani abu ya faru. Nawa ne suka san hakan? Da ɗan jimawa muna sane da cewa da gaske ba Ubangiji bane, amma halayenmu ne. God yana kammala mu cikin salamar sa; Yana kammala mu cikin kaunarsa. Ya ce duk wadannan abubuwan za su shuɗe, amma ƙaunata **ba za ta** shuɗe ba. Salama na **ba zai** shuɗe ba. Farincikina bazai gushe ba. God yana so a kowane yanayi mu huta cikin salamar sa, mu huta cikin kaunarsa, kuma muna da farin cikinsa; **a tsakiyar kowane irin yanayi, Ubangiji zai kiyaye mu.**

Yana faɗin anan, "Salama kuwa ta God, wadda ta fi gaban dukkan fahimta, za ta kiyaye zukatanku da tunaninku..." Ba kawai zuciyar ku ba, amma tunanin ku. "... ta wurin Almasihu Yesu." Wadannan abubuwan ba za su canza ba. Sama da ƙasa za su shuɗe, amma Yesu ya ce "maganata **BA ZA TA TAƁA** shuɗe ba." Kuma abin da yake yi a rayuwarmu har abada ne. Amin? Yana cire mana abubuwan hanawa; Yana cire mana abubuwan da, idan an koya mana anan don zuwa wasu ƙasashe, yana da mahimmanci ƙwarai da gaske cewa an koya mana ƙananan abubuwa. Yana da mahimmanci cewa ƙaunar God ita ce ke mulkin rayuwarmu. Yana da mahimmanci cewa salamar sa tana nan, kuma farin cikin sa yana wurin. Wannan kauna, salama da farinciki wanda ya bamu shine zai fada wa duniya a can cewa Yesu yana kaunarsu. Kuma wannan shine dalilin da ya sa muke buƙatar barin Ubangiji ya cire datti daga rayuwarmu kuma ya bar naman ya tafi, domin mu sami tsabtar ƙaunarsa tana zaune a cikinmu.

Ba ma misalta God idan muka shiga cikin fushi. Ba zamu misalta shi ba lokacin da muke son hanyarmu, yin abinmu. God yana so mu zo cikin dangantaka tare da shi, tare da tsarkakakkiyar ƙaunarsa da salama da farin ciki, don mu iya gudana tare cikin duk abin da God ya ba mu mu yi. Salamarsa, da ƙaunarsa, da farin cikinsa ... Zan iya gaya muku cewa na fi haƙuri sosai, ina da juriya fiye da shekaru tamanin fiye da na yi shekaru arba'in. Zan iya gaya muku cewa Ya yi abubuwa da yawa a rayuwata, kuma zai iya yin haka a cikinku. Bai kamata a dauki shekaru arba'in kafin ayi hakan ba. Abinda kawai zai dauka shine kudiri ka bar Ubangiji ya canza maka rayuwa. Kuma ana iya yinsa da sauri, idan da gaske muka zaɓi tafiya cikin kaunarsa, kuma mu bar abubuwan mutane da muke kira soyayya.

III. Kaunar God Bata Tsammani Komai

Kaunarmu tana cutar da mu kuma yana cutar da mu. 'Kaunar God ba ta cutar da mu ba. 'Kaunar God ba ta sa rai da wani abu. Yana da tsarki - ya kai gareshi kuma yana son kowa ba tare da son komai ba. Idan kana son wani abu a cikin lada, to lallai ne ya zama akwai wasu daga naka sha'awar can da kuma ƙaunarka. God yana cewa, "Kada ku yi tsammanin komai daga sauran mutane. Kauna su da kaunar Ubangiji, kuma za su amsa da kaunar God." Amma idan muka nuna wani abu, muna hana abin da God yake so mu yi, abin da yake so mu zama. Yana son kaunarsa ya canza rayuwarmu. Ya rage namu. Ba girman kai ba ne, ba girman kai ba ne, kuma ba a cika shi da girman kai ba. Ba rashin ladabi ba. 'Saunar God ba ta nacewa kan haƙƙinta ko kuma nata hanyar. Don ba neman kai ba ne, ba son kai ba ne, ba abin tabawa ba ne, ba damuwa da rashin jin haushi. Ba ya la'akari da mugunta da aka yi mata. Muna bukatar hakan, ko ba haka ba? Muna buƙatar hakan saboda ba da daɗewa ba, wani ya yi mana wani abu, kuma wani abu ya taso a cikinmu yana tsaro.

Shekaru da yawa da suka wuce, God yana ma'amala da ni, sai na ce, "Amma God, ban cancanci irin wannan magani ba." Nawa daga cikinku suka taba faɗin haka? "God, ban cancanci irin wannan magani ba." Na kasance m m game da shi; saboda na tabbata na yi gaskiya. Na tabbata na yi daidai, cewa ban cancanci irin wannan magani ba. Amma God ya ce mani, "Ya kai mai wuya! Babu matsala ko kun cancanci hakan ko baku cancanci hakan ba - kyale shi!"

Wannan shine abin da ke faruwa da mu: muna yin wata hanya, sai Ubangiji ya ce, "Ku ƙyale ta kawai. Ba matsala." 'Saunar God ba ta kula da waɗannan abubuwan ba. God zai baka. Akwai wani mutum da muka taimaka wa mummunan abu, kuma ya kasance mai wa'azi. Mun taimaka masa kuma mun fitar da shi daga halin da muke ciki sannan kuma wani. Mun yi masa addua daga cikin sa tare da dangin sa da kowane irin abu. Kuma idan ya yi magana game da ni, zai kira ni "wannan matar." "Ita ... wannan matar," ka sani. Duk tsawon shekarun da na taimaka masa, na ce, "Yaushe, ya Ubangiji zan yi don in taimaki wannan mutum har ma ba zan sami daraja a wurinsa ba?" Bai ma tuna sunana ba, bayan shekara da shekaru na taimaka masa.

Amma dai, wani lokacin waɗannan abubuwan dole ne mu haƙura da su. Amma yaya zamu yi da shi? Kawai na ce, "Ubangiji, ina tsammanin na taimaka masa tsawon lokaci." Amma Ubangiji bai ji haka ba. "Amma, Ubangiji, na isa." Wani lokaci na ce, "Ya Ubangiji, zan sanya makulli a ƙofar, kuma ba zan sami mutane da yawa da za su ƙara zuwa ba." Na fada kawai sau biyu ga Ubangiji. Amma Ubangiji ya ce, "Yanzu ka sani ba za ka yi haka ba."

'Kaunar God ita ce abin da ya kamata ya miƙa kuma ya canja zukata. Zukatan yara, zukatan manya, zukatan kowa. **'Kaunar God dole ne ta yi hakan.** Ba za mu iya yin hakan ta hanyar duka su, yi musu tsawa ko kururuwar su. Ba za mu iya yin hakan ta hanyar yin fushi da su ba.

Hakan ba ya aiki. Wasu lokuta mukan ji kamar haka, wani lokacin kuma mu yi shi, amma hakan ba ya aiki.

'Kaunar God tana daurewa da komai.

Akwai lokacin da God zai ce, "Ya isa." An samu wasu 'yan mutane a rayuwata da God ya kawo ni wurinsu ya ce," Ba ku da wata alaka da su kuma. Ya gama. " Godiya ga God, ba yawa ba. Amma saboda Ubangiji ya ce ya isa, sai muka ja da baya, kuma waɗannan mutanen ba su taɓa tafiya tare da God ba. Sun koma baya, saboda God ya san abin da ke cikin zukatansu. God ya san ainihin abubuwan da suke yi a kan sa da Ruhunsa da Kalmarsa da kuma ƙaunarsa.

IV. Kauna Tana Dadewa Kuma Tana da Haƙuri

Ubangiji yana so ya gina wa kowane ɗayanmu wannan ƙaunar da ke dawwama da haƙuri. Yawancin mutane - matasa - ba su da haƙuri. **Amma haƙuri wani abu ne da za ku koya ta jurewa.** Kuma wani lokacin nakan ji maganganun juna da juna, kuma zan iya fada cewa ba su jure komai. Ba sa nuna ƙaunar God, kuma ba su jimre wa komai. Amma God yace kaunarsa tana dawwamamme. Yana da haƙuri. Yana da kirki. Muna buƙatar yau mu ji maganarsa kuma mu ce, "Ubangiji, ka cika ni da ƙaunarka. Ka cika zuciyata, ka cika tunanina, ka cika jikina da ƙaunarka. "

Dole ne ya zama umarni kan umarni, umarni akan umarni da layi akan layi, kuma layi akan layi, a nan kaɗan da can kaɗan. **God zai canza rayuwar ku.** Wannan shine abu mafi wahala da zamuyi. Me yasa? Yana cewa, "Ina sanya kaunata ne a cikinku kawai. Ta yadda idan kun fita zuwa wasu ƙasashe, za su san cewa Ni ne na aiko ku. Kuma cewa ƙaunata tana cikin ku, kuma za su amsa ƙaunata." Kowane mutum, sai dai idan sun juya baya ko iko na Shaiɗan ya mallake su gaba ɗaya, ƙaunar God tana shafar su. God yana kiran mu mu yi roƙo, mu yi addu'a, mu ƙaunaci juna, mu riƙe Kalmarsa, mu nuna ƙaunarsa ko da kuwa yanayin rashin ƙauna ne. God yana da aminci a gare mu, don haka muna buƙatar kasancewa da aminci a gare shi. Muna bukatar mu tuna da wannan Kalmar da yake ba mu.

"A ƙarshe,' yan'uwa, kowane irin abu na gaskiya, abin da ke na gaskiya, abin da ke daidai, iyakar abin da ke da tsabta, iyakar abin da ke da kyau, kowane irin abin da ke da kyakkyawan rahoto; idan akwai wani nagarta, idan akwai yabo, kuyi tunani akan wadannan abubuwa. Waɗannan abubuwan da kuka koya kuma kuka karɓa kuma kuka ji kuma kuka gani a wurina, "Bulus ya ce," ... yi: "Bai ce," Kun ji na faɗi haka ba, "ya yi? Yanzu saurari shi: "Kuma kun ji kuma kun **gani** a wurina ..." Wannan ya ɗan fi kawai jin shi? "...God na salama zai kasance tare da ku." A cikin wannan wuri God yana bayar da kowace kalma da ya bayar ta wannan Littafi Mai-Tsarki - ya ba ku ita.

Kana da damar karɓar sa. Kuna da 'yancin sanya shi mallakin ku, domin shi **ke ba ku**. Don haka, idan kuna so ku haura kaɗan a cikin ƙaunarsa, ku karɓa!

Yana ba ku domin ku zama kamar Shi. Yana ba ku, domin Bulus ya ce, "Abin da kuka koya kuma kuka karɓa kuma kuka ji kuma kuka gani a wurina ..." Bulus shi ne misalin da God ya yi amfani da shi don nuna wa mutane ƙaunarsa da Kalmarsa.. "Abin da ku duka kuka koya, kuka karɓa kuma kuka ji kuma kuka gani a wurina, "in ji Bulus," ... yi. " "... yi kuma God na salama ya kasance tare da ku." Yana ba mu shi ko da a yanzu.

Yanzu, na bayyana muku cewa zai gwada ku. Na san haka. Don haka "Ku kasance da nasiha ga junanku, masu tausayawa, masu yafe wa juna, kamar yadda God ya gafarta muku." Amin? Sai ku ƙaunaci juna da kaunar God, kuma ba zai dawo da baya ba. Ba za mu zama masu ɗaci ko ɗaci ko jin haushi ba, amma zai gudana daga gare shi kuma daga gare ku zuwa wasu.

When we went into Africa, and into India, God sent us. He had prepared us, so that when we went, we would not be afraid. He prepared us **in His love** that when we went, they would know it was God. We went into cannibal villages; we went into all kinds of villages. We went into a Moslem village, and the man who loaned us His jeep was a Moslem. We went in there ... and the minister with us said, "Well, we won't be here long, because they're Moslem." Do you know what happened? I said, "Lord, You give me the words that are going to touch the hearts of those people." And He did! And they gave their lives to Jesus. They came out of the fields, and they kept coming and they kept coming. There was a man and a woman there, and the Lord told me to give them this Bible and to tell them to nurture and train these people by the Spirit of the Lord. They stood there and tears run down their face, and they said, "We know that's God, because God has put in our hearts to do that for the people." We had to go; we couldn't stay. We don't know what happened, but we do know God put the care of it with someone whom He had appointed to take care of them.

Never once did they say to us, "It isn't God" or "It isn't God's love." They knew it was God's love. They knew that God had sent us. And this is true of our lives; we need to know what we have heard and seen by His love, then Paul says, "...do it." "...do it."

V. The Greatest Of These Is Love

I thank the Lord for what He is doing in every one of our hearts, **we need to press in.** We need to allow His love to take the place of all the other things that we have that are not beneficial to us, or to Him. It won't work. Only God's love is going to work; only His joy is going to work, only His faith operating in us. The greatest of these is His love.

God wants to bring us into that relationship so that we can do the right things when we're dealing with people and dealing with children. So that we don't damage them, but that His love prevails over everything else. I grant you there is an aggravation by the enemy a lot of times, that we would like to do something different. But I believe God is bringing us into a place with Him, that will help us to have understanding and patience with every situation. **God wants to put His love in us and remove the "mixture,"** so that He can make us strong to go out there and win people of any faith or all faiths to Him because He's the One that's going to do it. We just need to let Him do it. Paul said here: "Let your moderation be known unto all men. The Lord is at hand." And if he felt He was at hand, how much more do we know that He is at hand, and that we need God to prepare our hearts so that He can use us in touching other hearts and other lives.

Closing Prayer

Father, we thank You for the Word. We thank You, Lord Jesus, that You made the way for Your perfect love to be in us. God, we thank You that You so loved the world that You gave Jesus to us. And, Jesus, You so loved us, that You died for us. Now, Lord, let us so love You that Your love will saturate our hearts, our minds, our entire being. Impart Your love to us, Jesus. Let all these other things pass away. But let Your love remain in our hearts and in our minds. We thank You, Lord Jesus, for Your Word, but we thank You for what You have done to bring it to pass that we might have this love abiding in us.

That we might reach out to the unlovely, the uncared for, those who don't have anybody to love them or to care for them. God, teach us Your ways that we may walk in them, and that we might fulfill Your Word according to Your Word and according to Your Spirit. Jesus, we thank You for this Word. Let it sink into our hearts. Let us move by it, Jesus. Let us desire more than anything to let Your love fill every part of our being until others can see Jesus in us. Lord, we thank You for this Word. Let it penetrate to the depths of our being, Lord, and cause us to respond with Your love, that we might love one another.

Bless this people, each and every one that's here. Let Your love penetrate into them, and let these other things pass away. But let Your love remain, Jesus. Let Your peace remain. Let Your joy remain, Lord, that our joy may be full. We thank You for this Word . Jesus, we praise You now for the impartation by Your Spirit of Your love, Your peace, Your joy, Your righteousness and Your holiness, Lord.

Make us to be Your people that desire You more than anything in this world, that You might use us to bring the world to Jesus. Jesus, we thank You for this precious Word that You've imparted to us. We thank You for the growth by Your Spirit, Lord, according to Your Word. We give You glory now, Jesus, and we praise You for everything You have done and are now doing, and we thank You for the finished work of Your great love. In Your Name, Jesus, we ask it, and for Your glory. Amen.

DUBAWA: KU HAU SAMA A CIKIN KAUNAR SA

GASKIYA KO KARYA

1.___ God yana so ya canza rayuwar mu haka da kaunarsa cewa ba mu da tsangwama na ƙaunar ɗan adam - ya gane cewa ƙaunar God ta fi gaban komai.

2.___ Kaunar ɗan adam da aka gauraya da ƙaunar God cikakke ce.

3.___ God yana so ya cire kauna ta jiki, kuma ya sanya kaunar wasu wanda yanayin ba zai shafe mu ba.

4.___ Kauna tana ɗauke da kusan kowane abu da duk abin da ya zo.

5. ___ Muna rayuwa ne a sa'ar Ruhun gaskiya.

6.___ Kaunar God tana aiki a cikin rayuwarmu ta hanyar sarrafawa.

7. ___ Abinda God yakeyi a rayuwarmu shine har abada.

8.___ Idan an horar damu don zuwa wasu ƙasashe, yana da mahimmanci ƙwarai da gaske cewa an horar da mu a ƙananan abubuwa.

9.___ God yana son kaunarsa ta maye gurbin ƙaunar

ɗan adam, wanda yake nuna son kai, son kai, neman kai, kishi, girman kai, fahariya, da girman kai..

10. ___ Wani lokaci fushin fushi yana nuna ƙaunar God.

11. ___ Abinda kawai ake bukata shine tabbatar da Ubangiji ya canza rayuwar mu.

12. ___ Wani lokacin ma soyayyar God tana son wani abu.

13. ___ God yana son kaunarsa ta zama mai kula da rayuwarmu. Amma ya rage namu.

14. ___ Kaunar God mai tsabta ce.

15. ___ Kauna tana ɗauka a ƙarƙashin kowane abu da duk abin da ya zo; ya kasance a shirye koyaushe don gaskanta mafi kyawun kowane mutum, begensa baya ƙarewa a kowane yanayi kuma yana jure komai (ba tare da rauni ba).

16. ___ Hakuri wani abu ne da zaka koya ta jurewa.

17. ___ God yana kiran mu zuwa roko, muyi addu'a, mu kaunaci junan mu, mu daukaka Kalmarsa, mu nuna kaunarsa koda kuwa yanayi ba na soyayya ba.

18. ___ Muna buƙatar barin ƙaunarsa ta maye gurbin duk sauran abubuwan da muke da su waɗanda ba su da amfani a gare mu ko a gare Shi.

19. ___ God yana so ya sanya kaunarsa a cikinmu kuma ya cire "cakuda," domin ya ƙarfafa mu mu tafi mu ci nasara da mutane na kowane irin bangaskiya ko kowane imani gare shi.

20. ___ God yana kawo mu cikin wani wuri tare dashi wanda zai taimake mu mu sami fahimta da haƙuri da kowane hali. 21. ___ "Those things, which ye have both

learned and received and heard and seen in me, do: and the God of peace shall be with you."

22.___ Ba ka da damar karɓar bautar Maganar God.

23. ___ God zaiyi duka; ba mu buƙatar dannawa.

24. ___ God mai aminci ne a gare mu, amma ba lallai ba ne mu kasance masu aminci a gare shi.

25. ___ God zai shirya mu, yasa idan ya aiko mu, baza muji tsoro ba.

CHAPTER 13
INDA ZAKA SAMU KALMA?

TSARIN GININ GIDA: A Ina Zamu Samu Kalma? – An Kiranka ne Ko Ka Je?
  Shin An Kiranka?
  Kowannenmu da ke kaunar God kuma yake bauta masa an kira shi zuwa wata manufa. An bamu baiwa da baiwa ta musamman da muke bukata don cika shirin sa game da rayuwar mu. Kowannenmu ya banbanta. Wasu suna son cikakken bayani wasu kuma suna son babban labarin. Fewan kaɗan suna da hazaka a fagen motsa jiki wasu kuma sun yi fice a cikin kiɗa. Akwai waɗanda ke son karatu da waɗanda suka fi son yin yawo a cikin yanayi. **An halicce mu duka da manufa ta musamman a cikin zuciya.**
  Zabura 139:13-18 Shafin Sabon Rayuwa (NLV)
  13 Kai ne ka halicci kowace gaɓa ta jikina, Kai ne ka harhaɗa ni a cikin mahaifiyata. 14 Ina yabonka gama kai abin tsoro ne, Dukan abin da ka yi sabo ne, mai banmamaki. Da zuciya ɗaya na san haka ne.15 Ka ga lokacin da ƙasusuwana suke siffatuwa, Sa'ad da kuma ake

harhaɗa su a hankali A cikin mahaifiyata, Lokacin da nake girma a asirce.16 Ka gan ni kafin a haife ni. Ka ƙididdige kwanakin da ka ƙaddara mini, Duka an rubuta su a littafinka, Tun kafin faruwar kowannensu.17 Ya God, tunaninka suna da wuyar ganewa a gare ni, Ba su da iyaka!

Annabi, Irmiya, an kira shi daga cikin mahaifiyarsa (Irmiya 1:5)

Bulus ya ce God ya, "raba ni da mahaifar mahaifiyata" (Galatiyawa 1:15)

Wasu, kamar su Ishaya, suna da takamaiman lokacin da God ya kira su. Misali; Ibrahim, Gidiyon, Ezekiel da sauransu. Wataƙila muna da ma'anar cewa God ne ya kira mu tun muna samari, ko kuma ya zama abin mamaki ne gaba ɗaya.

Romawa 10:15 Kuma ta yaya za su yi wa'azi, **sai dai in an aike su?** kamar yadda yake a rubuce, Ina da kyau ƙafafun waɗanda suke yin bisharar salama, suke kuma kawo bisharar abubuwa masu kyau!

Kar kayi tunanin cewa kiran ka yana da nasaba da cancantar ka, iyawar ka, nasarorin ka ko ma tafiyar ka da God. Shi aka kiraye ku kuma an kafa ku don nufinsa. **Gano nufinsa a gare ku shine bambanci tsakanin ƙoƙari cikin ƙarfinku da gudana ta Ruhunsa.** Zaku sami 'ya'ya mafi girma da gamsuwa lokacin da kuka "zauna a cikin itacen inabi" kuma kuka samo tushen ƙarfin ku da jagora daga gareshi. Lokacin da kuka tsaya cikin abin da ya kira ku kuyi kuma ku motsa cikin shafewar sa zaku sami kanka yana gudana ta Ruhunsa.

BARI MU SAKE NAZARI - *SHIN AN KIRAKA?*

A Ina Zan Samu Kalma?

Maganar God itace **wani abu wanda ya zo daga gare Shi** kuma ba daga tunaninmu ba. Kullum tunaninmu yana cike da abin da muka ji da abin da muke tunani. Abin da yake magana ne game da halin da yake da mahimmanci. Sau da yawa yanayi da halayenmu suna shafar mu. Za mu iya samun sauƙin mutane da abin da suke faɗi da tunani. Amma, idan muka ƙyale God ya horar da mu za mu iya **koyon jin muryarsa da kuma fahimtar zuciyarsa.** Idan mun kasance kusa da shi kuma mun haɓaka dangantaka da shi za mu iya fara ji a sarari koyaushe.

Anan akwai wasu abubuwa da zamu iya yi don haɗa kai da Ruhu Mai Tsarki wanda yake shirya mu don mu zama "Bakin Bakinsa" da aminci.

• Ci gaba da Wartsakewa. Gina kanka a cikin mafi yawan Bangaskiyar ku. Yahuda 1: 20-25

• Samun **lokacin nutsuwar ka.**

• Addu'a, ccto, bauta, karatu, yin zuzzurfan tunani, jarida da kuma zumunci tare da God.

Addu'a shine magana da Mahaifin ku kuma sauraron amsoshin sa. Yana gabatar da buƙatun ku, buƙatu da ƙalubale da kuma raba farin cikin ku da godiya. Filibbiyawa 4: 6 Kada ku damu da komai. Madadin haka, a kowane yanayi, ta wurin addu'a da roƙo tare da godiya, faɗi buƙatunku ga God.

Yin ccto shine tsayawa a tsakanin ratar tsakanin God da mutanensa. Addu'a ce ta Ruhu Mai Tsarki bisa ga nufin God ga mutanensa. Idan muka yi addu'a ta Ruhu Mai Tsarki, sau da yawa za mu ji zuciyarsa kuma mu yi kuka saboda abin da ke sa shi kuka.

Romawa 8:26 Haka kuma, Ruhu yake taimakonmu

cikin rauninmu, gama ba mu san yadda za mu yi addu'a ba, amma Ruhu da kansa yana yi mana roƙo da nishe-nishen da ba za a iya bayyanawa ba.

Yin sujada shine a baka izinin dukkan jikin ka ya bayyana yadda yake, mai ban mamaki, ban mamaki, alheri, mai tamani, mai adalci, mai adalci da kuma ƙauna. Yana sadamu da ibada. Bauta yana taimakawa tunatar da mu yadda ƙauna da girma yake Allahnmu kuma ya sanya bukatunmu a cikin hangen nesa.

Yin nazari shi ne zurfafa bincika maganar God; Kwatanta nassi da nassi.

Yin zuzzurfan tunani shine a maida hankali kan wasu gaskiya ko sifofin God kuma a yi la'akari da addu'ar wannan yanki na gaskiya.

Zuwa mujallar shine rubuta buƙatun addu'arku, duk abin da God yayi magana da ku, ayoyi waɗanda suka zama masu ma'ana da tunani waɗanda suka zo muku yayin tunani.

Zumunci tare da God shine aiwatar da kasancewar sa a rayuwar ku komai abinda kuke yi kuma abin da ke faruwa a kusa da ku har yanzu kuna iya saninsa. Raba kowane buƙata, kowane farin ciki da kowane damuwa. Kasance mai sauraren muryarsa kuma ka kasance mai kulawa da Ruhunsa.

Bari Mu Duba - *A Ina Zan Samu Kalma?*

Yadda ake nazarin Maganar God

Yayinda kake bada lokaci a cikin kalmar God don kanka za a cika ku kuma a canza kuma kuna da karin cikin ku don baiwa wasu.

Nazarin ta Fanni. watau: Tushen Ceto ko Baftisma na Ruwa da sauransu.

Tsarin lokaci. Tarihi da tsarin abubuwan da suka faru.

Yi nazarin ayoyi zuwa aya ta cikin Baibul.

Nazari Mutane. Nazarin halayya ko Wuraren Littafi Mai Tsarki na iya zama da ban sha'awa sosai.

Nazarin Kalma. Ma'anoni da ma'anar zasu iya taimaka mana fahimtar Gaskiya sosai idan muka ƙyale Ruhu Mai Tsarki yayi mana hidima kuma ya bishe mu zuwa kyakkyawar fahimta.

Wahayin. Sau da yawa God zai buɗe zuciyar mu don karɓa da fahimtar wani abu wanda muke makaho a baya amma yanzu muna gani. Lokacin da wannan ke faruwa lokaci ne mai girma don samun wannan gaskiyar a cikin nassi.

Wuya: Wannan shine inda Maganar God ke ƙarfafa ka kuma ta ɗauke ka kuma zai taimake ka ka tsallake lokutan wahala kuma zai taimaka maka aiki tare da ƙalubalantar mutane da alherinsa.

Alkawura. Akwai dubunnan alkawura a cikin Baibul kuma dukansu ne domin mu tsaya a kai. Yawancin alkawuran suna da "idan". Lokacin da muka nemi "if" kuma muka cika shi God zai yi aikinsa.

Karfafa Bangaskiyar ku kuma sami ƙarfafawa. Jumla guda kawai a cikin aya za ta iya isa ta ɗaga zuciyar ka sama da matsalolin.

Shiriya. Ka'idodin suna ko'ina cikin Littafi Mai-Tsarki. Idan muka yi amfani da su za mu ci gaba kuma mu ci nasara a cikin abin da muke yi.

Batutuwan Zamani da abubuwan da ke faruwa a halin yanzu. Yi nazarin abin da kalmar God ta ce game da al'amuran zamantakewa. Lokaci yakan canza kuma mutane suna canzawa amma maganar God zata kasance har abada. Koyaushe akwai amsa ga yanayin da mutane suke fuskanta waɗanda za a same su cikin maganarsa. Lokacin da muka shiryar da mutane zuwa ga abin da God ya ce za mu tsaya a kan Dutsersa.

Bari Mu Duba - *Yadda ake nazarin Maganar God*
Nau'ikan Mutane Uku.

Duk wani bawan God yana bukatar mutane iri uku a rayuwarsu.

Dukanmu muna buƙatar mutane. Babu wani mai wa'azi wanda ya isa ko tsibiri. Hakanan ana bukatar ayi wa masu wa'azi hidima. Dukanmu muna buƙatar ƙarfafawa, isar da sako da lissafi. Haka ne, yiwa wasu hidima ta kwararar Ruhun God kuma yana kawo mana wartsakewa; amma, don kiyaye kanmu daidai, muna buƙatar wasu mutane; mutane masu wahala, mutane masu farin ciki, masu abokantaka da waɗanda ke fuskantar kalubale.

Nau'ikan Mutane Uku. Ya kamata mu sami **almajirai**; ya kamata mu zama **almajirai** kuma muna buƙatar **zumunci**.

Yana da mahimmanci mu san God kuma mu fahimci maganarsa. Amma kuma dole ne mu yi hulɗa da mutane da kyau. Yawancin ministoci suna da rauni a rayuwarsu idan ba su da kyakkyawar dangantaka da danginsu, abokansu, abokan aikinsu da tumakinsu. **Wataƙila akwai ƙarin rabuwa a cikin jikin cocin wanda ya haifar da bambance-bambancen mutum fiye da mahimman batutuwan koyarwa.** Bari muyi fice a cikin son mutane.

Bari muyi la'akari da nau'ikan alaƙa guda uku

waɗanda zasu taimake mu mu daidaita. **Mutanen da muke yiwa hidima.** Matasa ba za su iya yin girma da kansu ba. Suna buƙatar wanda zai ɗauke su, ya jagorance su kuma ya almajirtar da su. Wannan baya nufin kawai a Nazarin Baibul amma a cikin dukkan rayuwa. Mutane zasuyi girma sosai lokacin da suke da Uwa ko Uba na Ruhaniya. **Matasan almajirai zasu kalubalanci bangaskiyarmu kuma suyi nazarin tafiyarmu.** Suna da kyau ga "lafiyarmu". Zasu rike mu kamar matasa da sassauci.

Mutanen da suke daidai da mu, abokanmu, waɗanda za mu iya kasancewa tare da su kuma waɗanda za su iya yin tunani a kanmu yadda suke ganinmu. Lokacin da muke "kawai zama kanmu" shin har yanzu muna masu ibada ne? Abokanmu za su ga wani gefenmu dabam da tumakinmu. Ba shi da lafiya ga kowa ya kasance a cikin matsayin fasto ko shugaba koyaushe. Samun dangantakar lafiya tare da abokai zai taimaka mana ci gaba na ruhaniya na ɗabi'a da na ruhaniya.

Mutanen da suke mana nasiha da sanya mu hisabi. Wadanda zasu iya kiran mu suyi mana gyara idan muna kan hanya. Wadanda ke yi mana hidima da ciyar da mu. Annabawa, Malamai, Masu roko da Manzanni.

Al'adar mu ba zata fahimci ka'idar almajiranci da koya ba wanda ya zama gama gari a lokacin da Yesu yake duniya. Lokacin da Yesu ya kira almajiransa sai suka ji cewa **abin girmamawa ne sosai** da za a zaba ta wurin "Malami ko Rabbi" don a horar da shi ya zama "a matsayin malami". Koda yan uwa zasuyi murna da cewa an zabi daya daga cikin danginsu.

Abubuwa da yawa waɗanda muka koya a cikin rayuwa

"an kama su fiye da koyawa". Yayinda muke fuskantar kalubale tare da wani mutum shine zamu koya mafi kyau. **Hannun horo zasu taimaka mana fiye da koyarwar aji.** Muna da malamai da yawa, amma ba mu da "iyaye" da yawa. Bulus ya ce, "Na haife ku ta hanyar bishara."

1 Korantiyawa 4:15 Ko da yake kuna da malamai guda dubu goma a cikin Kristi, amma ba ku da ubanni da yawa: gama cikin Almasihu Yesu na haife ku ta wurin bishara.

Za mu sami albarka sosai lokacin da muka sami Iyaye na ruhaniya waɗanda za su "kula da rayukanmu" kuma su yi magana a cikin rayuwarmu. **Ka nemi irin wannan dangantakar a cikin hidimarka Da gangan.**

Bari Mu Duba - *Nau'in Mutane Uku*

DUBAWA: INDA ZAKA SAMU KALMA?

Karayayu ne ku?

1.Rubuta iyawa 10 na Musamman da God ya albarkace ka da su.

2.Shin an taba baka kalmomin annabci game da kiran ka? Rubuta taƙaitaccen abin da ka karɓa.

3.Wane yanki ko aikin God shine yafi birge ku? Wadanne irin mutane ne masu tsoron God kuke bi kuma suke sha'awar su? Wanene a cikin Littafi Mai Tsarki za ka fi so ka zama?

A ina zan Samu Kalma?

1.Lissafi wanne daga cikin ayyukan lokacin shiru kake amfani dashi koyaushe.

2.Dauki sabon aiki daga darasin don ƙarawa zuwa lokacinka tare da God. Rubuta shiri don fara ƙara wannan sabon ra'ayin zuwa lokutan nutsuwa.

3.Shin kana ganin kanka kana kara kusantar God? Wadanne matakai kake shirin yi don kusantar shi?

4.Zaɓi nassi ɗaya wanda yake da ma'ana a gare ku

kwanan nan kuma ku rubuta abin da wannan ayar take nufi a gare ku.

Yadda ake nazarin Maganar God

1.Karanta Zabura 119. Rubuta hanyoyi da yawa da kuka samo cewa Dauda yana ma'amala da Maganar God?

2.Zaɓi sabon hanyar da ba ku taɓa amfani da ita ba kuma ku bayyana yadda kuke shirin saka wannan a cikin nazarinku na Littafi Mai Tsarki.

Nau'in Mutane Uku

1.Dubi rayuwar ku, lissafa mutanen da kuke da su a kowane ɗayan bangarori uku na dangantaka. Idan kana da yanki mara kyau kayi shiri ka rubuta shi.

2.Bayyana abin da ake nufi lokacin da Bulus ya ce, "Na haife ku ta hanyar bishara

3.Bayyana abin da ake nufi da almajirantar da wani.

TAMBAYA: INDA ZAKA SAMU KALMA?

1. Lokacin da kuka tsaya cikin abin da ya kira ku kuyi kuma ku motsa cikin shafewar sa zaku sami kanku kuna gudana ta Ruhunsa.
    a. T
    b. F

2. God ya kira mu saboda ! warewarmu na musamman, cancantarmu da kuma tafiya tare dashi
    a. T
    b. F

3. Zamu iya fara jin muryar God a sarari kuma koyaushe kamar yadda muke
    a. Saurari kiɗan bautar ibada
    b. Gina dangantaka ta kud da kud da Shi
    c. Kullum ciyar da tunanin mu da abinda muke ji da abinda muke tunani

d. Babu wani daga sama

4. Yayinda muke ro! o ta Ruhu Mai Tsarki zamu iya fara kuka saboda abin da ke sa shi kuka
   a. T
   b. F

5. Yin bimbini a kan God yana nufin:
   a. Zama tare da kafafunku kuna tunani ba komai
   b. Korar da kanku daga dukkan abubuwan da kuke ji game da ku
   c. Don mai da hankali kan wasu gaskiya ko sifa ta God kuma cikin addu'a muyi la'akari da wannan yanki na gaskiya
   d. Duk na sama

6. Yin zumunci tare da God shine:
   a. Yin aiki da kasancewarsa a kowane bangare na rayuwar ku
   b. Don raba kowane farin ciki da damuwa tare da God
   c. Kasance mai lausasawa da taushin muryarsa a duk tsawon kwanakinka
   d. Duk na sama

7. Lokacin da zukatanmu suka bude don fahimtar wani abu da muke makaho dashi ana kiran shi
   a. Wuya

b. Zumunci
  c. Ccessto
  d. Wahayi

8. LOKACIN DA MAGANAR GOD TA KARFAFA MU KUMA TA taimake mu mu magance mutum mai wahala ko yanayi ana kiran wannan
  a. Ccessto
  b. Wuya
  c. Zumunci
  d. Wahayi

9. KOWANE MUTUM YANA BU! ATAR SAMUN NAU'IKAN mutane 3 a cikin rayuwarsu don su kasance da daidaito
  a. Mai kyau, mara kyau da mumuna
  b. Tumaki, awaki da jakuna
  c. Jagoranci, almajirai da kuma zumunci

10. MATASA ALMAJIRAI SUNA BU! ATAR MU AMMA KUMA ZASU sa mu matasa da sassauƙa
  a. T
  b. F

11. MUTANEN DA SUKA YI DAIDAI DA MU ZASU IYA TAIMAKA mana kasancewa ta dabi'a ta ruhaniya da ta ruhaniya
  a. T
  b. F

. . .

12. **Hannun horo basu da mahimmanci kamar** karatun aji
   a.T
   b.F

13. **Muna da Iyaye da yawa amma ba malamai da yawa**
   a.T
   b. F

14. **Wata! ila kuna da niyya neman da bin mai ba da** shawara
   a. T
   b. F

15. **Kalmar da ka bayar tana fita daga Kalmar da kake** rayuwa
   a. T
   b. F

CHAPTER 14
SHIN SUN SAN KU?

Shin kana son zama Fasto ne? **Amma tumakinku sun san ku?**

Yesu makiyayi ne mai kyau.

A matsayinmu na shugabanni dole ne mu koyi hanyoyinsa kuma mu ƙaunaci mutanensa kamar dai garken ba nasa bane. Yayinda muke wa'azi kuma muka nuna kaunar God ga garken sa zasu fara sanin mu kuma suna kaunar mu. Yayinda amincewa, kauna da girmamawa suka bunkasa zamu iya baiwa tumakin God hikima da darussan da God ya bamu daga kursiyin sa.

A cikin Yahaya 10 Yesu ya ba da yadda yake makiyayi mai kyau da yadda tumakinsa suka san muryarsa. Ya kuma raba yadda za mu iya **bin misalinsa a matsayin makiyaya masu kyau.**

Yahaya 10: 4 Bayan ya fitar da nasa garken, sai ya shige gabansu, tumakin na biye da shi: gama sun san murya tasa.

Idan makiyayi ya ciyar da tumakinsa kuma ya kula dasu sun san shi. Idan wani ya kira su raguna zasu watsar da su ko su gudu. Amma idan makiyayin ya kira tumakin suka zo wurinsa suka bi shi.

Idan tunkiya tana jin yunwa, makiyayi yana ciyar dashi, yana jin kishin ruwa, ya bashi abin sha, idan bashi da lafiya, makiyayin yana kula dashi har sai ya warke.

Yesu makiyayi ne mai kyau anan ga wasu misalai na yadda yake kula da mu kamar tumaki. **Makiyayi Mai Kyau ya damu da bukatunmu bukatunmu** na zahiri kamar abinci da tufafi da bukatunmu na ruhaniya.

Zabura 23: 1 Ubangiji makiyayina ne; Ba zan yi bukata ba. 2 Yakan sa ni in huta a makiyaya mai ciyawa, Yana bi da ni a gefen ruwan da yake nutsuwa.

Ishaya 58: 6 Shin wannan ba azumin da na zaɓa ba ne? a kwance sarkoki na mugunta, a kwance manyan kaya, kuma a saki wadanda aka zalunta, kuma ku karya kowace karkiya? 7 Ba don ka ba wa mayunwata burodinka ba, ka kawo matalauci waɗanda aka kora a gidanka? lokacin da ka ga tsirara, sai ka lulluɓe shi; kuma kada ka ɓoye kanka daga jikinka?

Bari mu tambayi kanmu waɗannan tambayoyin:

Me yasa ina da coci?

Cika na mutum, son kai, girman kai.

Kawai don a ce ina da coci.

Kawai don cika kira na.

Kawai don samun kudin shiga.

Saboda God ya kira ni.

Domin ina son mutane kuma ina son aiki da su.

Shin kungiyar ku ta amince da ku?

Shin sun san kuna da kyakkyawan sha'awar su?

Sau dayawa mutane sukan shiga wani matsayi a matsayin fasto ko shugaba kuma basa tunanin hanyoyin amfani da zasu "Ciyar da Tumakinsu". Sau dayawa mutane sukan shiga wani matsayi a matsayin fasto ko shugaba kuma basa tunanin hanyoyin amfani da zasu "Ciyar da Tumakinsu".

A matsayinmu na Fastoci muna shirya tumakinmu.

Don Rayuwa:
- Asali Tushen
- Tuba
- Ceto
- Baftismar Ruwa
- Baftisma na Ruhu Mai Tsarki
- Yi amfani da Kalmar yadda ya dace
- Girma a ruhaniya
- Ci gaba da Frua ofan Ruhu
- Motsawa ta Ruhun Ubangiji
- Gudanar da bukukuwan (bukukuwan Baibul)
- Sadarwa

- Zakkar fidda kai da hadaya
- Baftismar Ruwa
- Wanke ƙafafun juna
- Haddace Kalmar

Don Sake haifuwa:
- Makarantun Lahadi - koyarwar asali
- Kungiyoyin matasa
- Koyar da yadda za a gaya wa wasu game da Yesu
- Bikin aure
- Sadaukarwar yara
- Shugabannin horarwa
- Sake haifuwa ga God .... Mulkinsa

Don Asara:
- Cututtuka
- Asibiti
- Bala'i
- Tsanantawa
- Rashin masoyi

Don Jagoranci:
- Mai shigowa
- Diakon
- Mai Gudanarwa
- Ministan
- Fasto
- Malami
- Mai bishara
- Manzo

A matsayinmu na Fastoci **muna haɓaka mai bi zuwa cikin balaga**, muna taimaka musu su cika kiransu ta Ruhun Ubangiji. Muna horar da ikilisiyarmu yadda za su shiga cikin sauran Ubangiji kuma su zauna lafiya. Muna ci gaba da yin addu'a da roƙo ga tumakinmu.

Zabura 23: 3 Yana komo da raina: Yana bishe ni a kan hanyoyin adilci saboda sunansa.

Filibbiyawa 4: 9 Abubuwan da kuka koya, kuka karɓa, kuka ji, kuka gani a wurina, ku aikata. God na salama kuwa zai kasance tare da ku.

Hakkinmu ba shine mu sanya ikklisiyarmu a cikin cocin ba amma **mu kula dasu kuma mu basu horo zuwa duk duniya.**

Misalin Bulus na Makiyayi Mai Kyau:

2 Timothawus 2:24 Bawan Ubangiji kuwa lalle ba zai zama mai husuma ba, sai dai ya zama salihi ga kowa, gwanin koyarwa, mai haƙuri, 25 mai sa abokan hamayyarsa a kan hanya da tawali'u, ko God zai sa su tuba, su kai ga sanin gaskiya,26 su kuɓuce wa tarkon Iblis, su bi nufin God, bayan da Iblis ya tsare su.

Gal 4:19 'Ya'yana ƙanana, wadanda **na sha wahalar haihuwa** a kansu har sai an ga Almasihu a cikinku.

Bari mu karanta Matta 25: 34-40

34 Sa'an nan ne Sarki zai ce wa wadanda suke dama da shi, 'Ku zo, ya ku da Ubana ya yi wa albarka, sai ku gāji mulkin da aka tanadar muku tun daga farkon duniya.35 ko da ƙasa, domin ita ce matashin ƙafarsa, ko kuma da Urushalima, domin ita ce birnin Babban Sarki. 36 Kada kuwa ka rantse da kanka, don ba za ka iya mai da ko gashi daya fari ko baƙi ba.

37 Abin da duk za ku fada ya tsaya a kan 'I' ko 'A'a' kawai. In dai ya zarce haka, to, daga Mugun ya fito." "Kun dai ji an fada, 'Sakayyar ido, ido ne, sakayyar haƙori kuma

haƙori ne.' 39 Amma ni ina gaya muku, kada ku ƙi a cuce ku. Amma ko wani ya mare ka a kuncin dama, to, juya masa ɗayan kuma.' 40 Sai Sarkin zai amsa musu ya ce, 'Hakika, ina gaya muku, tun da yake kun yi wa ɗaya daga cikin waɗannan 'yan'uwana mafi ƙanƙanta, ai, ni kuka yi wa.'

Muna ziyartar ikilisiyarmu idan suna asibiti, muna tare da su yayin abubuwan farin ciki da baƙin ciki na rayuwa. Ku ci abinci, ku yi addu'a, ku bauta musu kuma ku koya **musu cewa kuna kula da su. Truly,** Shi makiyayi ne mai kyau kuma muna da alhakin kula da tumakinsa kuma dole ne koyaushe mu tuna - **Tumaki ne kawai zai iya haifar da tumaki.**

DUBAWA: SHIN SUN SAN KU

1. A matsayinka na Fasto yana da mahimmanci ka koyi hanyoyin God kuma ka koyi kaunar mutanen sa.
   a. Gaskiya ne
   b. Karya

2. Makiyayi Mai Kyau ya damu da bukatunmu bukatunmu na zahiri kamar abinci da tufafi da bukatunmu na ruhaniya.
   a. Gaskiya
   b. Karya

3. Me yasa fasto zai sami coci? (Zabi duk abin da yake daidai)
   a. Cika na mutum, son kai, girman kai.
   b. Saboda God ya kira shi.
   c. Kawai don a ce yana da coci.
   d. Domin yana son mutane
   e. Kawai don cika kiran sa.
   f. Kawai don samun kudin shiga.
   g. Saboda yana son aiki da mutane.

4.Shin taron ku _____ Ku? Shin sun san kuna da tunanin _____ _____ dinsu?

5.Ba damuwar faston bane ya taimaki wadanda suke cocinsa ya cika kiransu ta Ruhun Ubangiji.

a. Gaskiya

b. Karya

6.Muna ci gaba da yin addu'a da roƙo ga tumakinmu.

a. Gaskiya

b. Karya

7.Waɗanne hanyoyi 5 ne za a nuna wa ikilisiyar ku cewa kuna kulawa.

a. Yi wasan golf lokacin da suke asibiti

b. Halarci ɗaurin auren childrena childrenansu

c. Yi abubuwan a cikin cocin da zasu ji daɗi

d. Ziyarci yan uwansu a kurkuku.

e. Kar ka gayyace su zuwa gidanka

f. Yi addu'a don bukatun su a hidimar Lahadi

g. Ku bauta musu a cocin BBQ

8.Yana da kyau ka horar da ikilisiyarka ta wadannan hanyoyi (zabi daya)

a. Makarantun Lahadi - koyarwar asali

b. Kungiyoyin matasa

c. Koyar da yadda za ka gaya wa wasu game da Yesu

d. Shugabannin horo

e. Hayayyafa God .... Mulkinsa

f. Duk na sama

9.Fasto ko shugaba kuma yakamata yayi tunanin hanyoyin ruhaniya kawai don yiwa cocinsa hidima.

a. Gaskiya

b. Karya

10.Tumaki ne kawai ke haihuwar tumaki yana nufin ikkilisiya zata girma lokacin da suke cikin koshin lafiya a ruhaniya.

a. Gaskiya

b. Karya

MAKULLIN

1. Neman Zaman Lafiya cikakke na God
    1. Adalci, gaskiya
    2. cikakken zaman lafiya, hankali, ya dogara
    3. ƙarfi
    4. hukunce-hukunce, adalci
    5. zaman lafiya
    6. canza kama, sabuntawa
    7. haske, zumunci, ya tsarkaka
Gaskiya ko Karya
1. T
2. T
3. T
4. T
5. F
6. T
7. T
8. T
9. T
10. T

11. T
12. T
13. T
14. T

Daidaitawa
1. b.
2. a.
3. c.
4. f.
5. d.
6. e.
7. g.
8. h.
9. j.
10. i.
11. k.
12. l.

2. Hali ko Tsayi
1. b
2. True
3. c
4. False
5. e
6. d
7. a, c, d, f, h
8. koyar, yaudara, bayina, fasikanci
9. T

3. Ubangiji, Ka Kiyaye Mana Zaman Lafiya
1 b
2 c

3 a
4 c
5 b
6 a
7 b
8 c
9 a
10 b

4. Yaƙin Ruhaniya

1 a
2 b
3 a
4 b
5 b
6 a
7 d
8 b
10 d
11 a
12 a
13 d
14 b
15 b

5. Rikici mai rikitarwa

1.b
2.a
3.a
4.a
5.b
6.b, c, d
7.c

8. b
9. a
10. b
11. b
12. b, c, d, g
13. f
14. b, c, f, g
15. c
16. d

6. Na Babu Suna Gaskiya ko Karya

1. F
2. T
3. F
4. F
5. F
6. T
7. T
8. T
9. F
10. T
11. T
12. F
13. T
14. T
15. T
16. T
17. T
18. T
19. T
20. T

7. Makiyaya da Tumaki
1. a, b, c, e, g, k
2. False
3. a
4. c
5. True
6. a, d, e, h, i, j, l
7. c

8. Bangaskiya tana aiki da Kauna
1. Yanci
2. Masu gaskiya
3. Soyayya
4. Doka
5. Nama
6. Qaddara
7. Almasihu Yesu
8. Ruwan Baftisma
9. Halitta
10. Tafiya
11. Na ruhaniya
12. Canji
13. Horarwa

Gaskiya ko Karya
14. F
15. T
16. F

Zaɓi da yawa
17. c.
18. b.

19. c.
20. a.

9. Layin layi

1. plumbline, plumbline, plumbline, mutane
2. Ubangiji, sadaukarwa, mika wuya gaba daya
3. farin ciki, ceto, kauna, amincewa
4. Zabi, rayuwa
5. True
6. kyale, a shirye, yanci, adalci
7. kanti, alheri, hidima, bukatun, bishara, yayi, yana buƙata

10. Bayanin hangen nesa

1. a
2. b
3. a
4. d
5. b
6. b
7. a
8. a
9. d
10. a

11. Yabo da Ibada

1. True
2. False
3. True
4. Tsare, kasancewa, warkarwa, sabuntawa
5. Tsarkaka, zuciya, kunya
6. Ee
7. True
8. False

9. Zaba, yana karfafawa
10. b
11. d
12. c
13. Yabo, jira, taimaka
14. b

12. Ku Hau Sama A Cikin Kaunar Sa Gaskiya ko Karya

1. T
2. F
3. T
4. F
5. T
6. T
7. T
8. T
9. T
10. F
11. T
12. F
13. T
14. T
15. T
16. T
17. T
18. T
19. T
20. T
21. T
22. F
23. F

24. F
25. T

13. Ina ake samun Kalma?
1. a
2. b
3. b
4. a
5. c
6. d
7. d
8. b
9. c
10. a
11. a
12. b
13. b
14. a
15. a

14. Shin Suna Sanin Ku?
1. True
2. damu, na zahiri, na ruhaniya
3. b, d, g
4. dogara, mafi kyau, sha'awa
5. False
6. Gaskiya ne
7. b, c, d, f, g
8. f
9. False
10. True